आपल्या स्नेहीजनांना पुस्तके भेट द्या

हराकी

ग्रामव्यवस्था, शेती व शेतकरी-शेतमजूरांच्या भावजीवनाचा
सखोल वेध घेणाऱ्या कथा

अनंत भोयर

AA000967

मेहता पब्लिशिंग हाऊस

All rights reserved along with e-books & layout. No part of this publication may be reproduced, stored in a retrieval system or transmitted, in any form or by any means, without the prior written consent of the Publisher and the licence holder. Please contact us at **Mehta Publishing House,** 1941, Madiwale Colony, Sadashiv Peth, Punea 411030.

✆ +91 020-24476924 / 24460313

Email : info@mehtapublishinghouse.com
        production@mehtapublishinghouse.com
        sales@mehtapublishinghouse.com
Website : www.mehtapublishinghouse.com

◆ *या पुस्तकातील लेखकाची मते, घटना, वर्णने ही त्या लेखकाची असून त्याच्याशी प्रकाशक सहमत असतीलच असे नाही.*

HARALI by ANANT BHOYAR

हराळी / कथासंग्रह

© अनंत भोयर
   'शिरान', कचारी सावंगा, काटोल, जि. नागपूर ४४१ १०३.
   ई मेल : anantbhoyar180@gmail.com मोबाईल नं. ९०४९६४१४७४

प्रकाशक   : सुनील अनिल मेहता, मेहता पब्लिशिंग हाऊस,
             १९४१, सदाशिव पेठ, माडीवाले कॉलनी, पुणे – ३०.

मुखपृष्ठ व
आतील चित्रे : सरदार जाधव

प्रथमावृत्ती   : जुलै, १९९४ / पुनर्मुद्रण : जुलै, २०१८

P Book ISBN 9788171613533
E Book ISBN 9789353170011
E Books available on : play.google.com/store/books
                       www.amazon.in

मला लिखाणाचा रुख दाखवणारे
आणि
रानवाटेवरच्या गवत-फुलांना
मायेच्या ममतेनं जोपासणारे
आदरणीय श्री. आनंद यादव
यांना
या 'हराळी'च्या दुर्वांची जुडी
सादर अर्पण...

प्रस्तावना

श्री. अनंत भोयर यांचा 'हराळी' हा बारा कथांचा हस्तलिखित संग्रह वाचला. केवळ 'वाचला' असं न म्हणता, तो मी चाळायला म्हणून हातांत घेतला आणि वाचत जाऊन केव्हा संपवला हे कळलंही नाही, असं म्हणणं अधिक योग्य ठरेल. त्यातल्या काहींचा अपवाद सोडल्यास बऱ्याचशा कथा मला आवडल्या. विशेषतः नवोदित लेखकांच्या कथांमध्ये कथेची अशी कलात्मक जाण क्वचितच आढळते.

आपल्या उमेदवारीच्या काळात कथालेखक एक तर उदात्तीकरणाच्या मागं धावत असतो किंवा भावविवश होऊन कथेतील प्रसंग पिंजत असतो. नको तो सूर लावतो. नाही तर भडक प्रसंगांच्या मागं लागून त्यांची उतरंड रचतो. या खटाटोपात कथेतील नाट्याला तर शब्दरूप देता येत नाहीच; पण त्यातील नाट्य हरवून त्याला नाटकीपणा येतो.

नवोदितांच्या बाबतीत हे असं तरी एक घडतं किंवा नवोदित लेखक 'प्रतिभासाधन'मध्ये दिलेल्या तंत्राची आराधना करून त्या चौकटीत लिहित राहतात. अर्थातच, उत्सुकतापूर्ण सुरुवात, आकर्षक मध्य, शेवटी निरगाठ आणि तिची उकल... शक्य तर शेवटी 'ओ हेन्री' पद्धतीची कलाटणी. या तंत्रात कथा बसवण्याचा त्यांचा प्रयत्न असतो. असं तंत्र जो अवलंबतो, त्यांच्या कथांत तंत्र राहतं; मंत्र जातो.

या कशाच्या नादी न लागता 'हराळी' या कथासंग्रहाचे नवोदित लेखक श्री. अनंत भोयर यांनी आपल्याला भावलेले जीवनातील कलात्मक अनुभव शक्यतो, जसेच्या तसे व्यक्त करण्याचा प्रयत्न केला आहे, हे त्यांच्या लेखनाचं मला जाणवलेलं एक वैशिष्ट्य. आपल्या अनुभवांशी प्रामाणिक राहून त्यांना शब्दरूप देणं ही तशी कष्टसाध्य गोष्ट आहे. त्यांना ती कथालेखनाच्या आरंभीच साध्य झाली आहे, याचा मला आनंद वाटतो.

या संग्रहातील बाराही कथा मी मनापासून वाचल्या.

त्यांतील 'पांघरुन'ही मला सर्वांत विशेष आवडली.

आपल्या तरुण पत्नीकडे तिच्या माहेरचा कोणीतरी ओळखीचा मनुष्य भेटायला आलेला आहे आणि नवऱ्याच्या मनात त्यासंबंधी काहीतरी डाचतं आहे. म्हणून झोपेचं सोंग घेऊन तो न उठता पांघरूण घेऊन पडूनच राहतो. ऊन अंगावर आलं, तरी त्यांचं संभाषण ऐकत राहतो. मनात नको तो विचार येऊन त्याची उलघाल होत राहते. त्याच्यातला मत्सर जागा होतो.

त्याच्या मनाचा एकूण कोंडमारा श्री. भोयर यांनी कलात्मक रितीने सांगितला आहे. तो व्यक्त करताना सूचकतेचाही चांगला उपयोग केला आहे. या कथेत शिंकाळ्यात ठेवलेल्या दुधावर एक बोका टपून आहे आणि नजर चुकवून त्यावर तो झडप घालतो, असा एक बोलका बारकावा येऊन जातो. अशा बारकाव्यांनी मूळ कथेतील आशय परिणामकारक होतो.

बोलक्या तपशिलांचा ते चांगला उपयोग करतात, किंबहुना प्रसंगांच्या उतरंडीऐवजी बारीकबारीक; पण कलात्मक तपशिलांनी ते कथा साकार करतात. हे करताना कृत्रिमतेची कुबडी घेत नाहीत आणि रचनेचा खटाटोपही जाणवत नाही. कथांची जडणघडण सहज होते. कथारचनेचं हे त्यांचं दुसरं वैशिष्ट्य.

जीवनातल्या भडक प्रसंगांपेक्षा माणसांच्या मनांतील दुःखांचा वेध घेणं आणि अशा मनाचे पापुद्रे उलगडणं हा त्यांच्या लेखणीचा एक छंद आहे. तो वाचन, चिंतन, मनन यांनी चांगला जोपासला तर माणसाच्या मनात त्यांना खोलवर सूर मारता येईल आणि तळाशी पडलेले माणिक-मोतीही वेचता येतील, अशी एक अपेक्षा मी करू इच्छितो. त्या दृष्टिनं आपल्या कथेची वाटचाल त्यांनी करावी.

'सोनपाखरू' ही आणखी एक चांगली कथा या संग्रहात आहे. लहान मुलाच्या मनोभूमिकेवरून ती लिहिली आहे. त्या सोनपाखरात मुलाचं मन कसं गुंतून गेलं आहे, असा एक हळुवार अनुभव हळुवारपणानंच या कथेत व्यक्त होतो. त्या पाखराचा स्पर्शही त्या मुलाला आनंद देऊन जातो. वाचकांनाही त्याचा आनंद मिळतो. मोरपंखावरून हात फिरवावा, तसं वाटतं. या कथेत हळुवारपणा आहे; पण भावविवशता नाही, हे विशेष मोलाचं वाटतं.

नवोदित कथालेखकाला कथेच्या घाटाची जाणीव बऱ्याच उशिरा येत असते. काही थोडे लेखक असे असतात की, त्यांना उपजतच ती जाण असते. इतरांना त्यासाठी खूप अनुभव घ्यावा लागतो, 'साभार परती'नं नाउमेद व्हावं लागतं, थोरा-मोठ्या कथालेखकांशी चर्चा करावी लागते; आणखीही खूप झगडावं लागतं तेव्हा कुठं कथेच्या घाटासंबंधी झालं, तर आकलन होतं. मग आशयानुसार घाट कसा बदलतो किंवा प्रत्येक जन्माला येणारी कथा ही आपला स्वतःचा घाट घेऊन

जन्माला येत असते, असं जे म्हणतात, ते थोडं थोडं कळू लागतं.

श्री. भोयर यांना कथेच्या घाटाची काही प्रमाणात उपजतच जाण आहे, ही अभिनंदनीय गोष्ट आहे; तरीही त्यांच्या 'पसारा', 'कुक्कवाचा डाग' आदी काही कथांचा पसारा थोडा वाढलाच आहे. असा तो वाढू नये याची काळजी त्यांनी पुढील लेखनात घ्यावी.

श्री. भोयर यांना वैदर्भी बोलीभाषेचं एक वरदान लाभलं आहे. हे भाषेचं देणं त्यांना आपसूक मिळालं आहे. ही बोलीभाषा ते लीलया वापरतात; मात्र इथं एक तांबडं निशाण मला त्यांना दाखववावंसं वाटतं. तिच्या आहारी जाऊन आपण किती ग्रामीणातलं ग्रामीण लिहू शकतो, याचा सोस त्यांनी बाळगू नये आणि सुभाषितांचाही वारेमाप उपयोग त्यांनी करू नये. ढीगभर सुभाषितं कथेत पेरून काही साध्य होत नसतं. आशय व्यक्त करायला भाषा आवश्यक आहे आणि जिथं अपरिहार्य म्हणून एखादा शब्द वापरायला हवा, तो वापरताना त्यांनी बिचकूही नये. भाषेचं स्वरूप असं असावं. केवळ ग्रामीणतेचा सोसही नसावा आणि तिचं वावडंही नसावं; अपरिहार्यता हा तिचा निकष ठरावा.

या कथा मला आवडल्या असल्या, तरी त्या सगळ्यांचा जीव तसा लहान आहे. त्यांच्या आशयात जेवढी खोली असायला हवी, तेवढी ती आज नाही. त्यांचा आवाका लहान आहे. यापुढं याहून मोठ्या जिवाच्या कथा त्यांनी लिहाव्यात आणि आता त्यांनी याहून खोल पाण्यात उतरावं. आज त्यांच्या कथांतून व्यक्त होणारे अनुभव तसे थोडे एकेरी आहेत; मनाचे कंगोरे त्यांत जाणवत नाहीत. या कथांच्या लेखकाला मानवी मनाचं कुतूहल आहे; ते वाढीस लागावं. त्यांच्यातल्या लेखकानं व्यामिश्र अनुभव व्यक्त करण्यास धजावं, त्याशिवाय श्रेष्ठ कथा लिहिल्या जाणार नाहीत. त्या दिशेनं त्यांनी झेप घ्यावी, तशी ती घेतल्यास ते कथेच्या क्षेत्रात उंच भरारी मारू शकतील, अशी आज अपेक्षा वाटते. त्यांना शब्दकळा अवगत आहे, घाटाची थोडी-फार उपजत जाण आहे. त्यांना कथेच्या रूपाचंही बऱ्यापैकी आकलन आहे; त्यामुळे त्यांना कथा वश व्हायला हरकत नाही. सतत उत्कट अनुभवांच्या शोधात राहून कथेचा ध्यास लावून घेतला, तर उद्याचे ते एक चांगले कथाकार म्हणून नावारूपास येतील, यात मला शंका नाही. या निमित्तानं मी त्यांचं अभिनंदन करतो आणि त्यांना सुयशही चिंततो. यापुढील वाट खडतर आहे; पण ती त्यांना सोपी जावो, हीच सदिच्छा!

शंकर पाटील

मनोगत

प्रस्तावना लिहिण्याबद्दलचं विनंतिपत्र पाठविताना आदरणीय श्री. पाटीलसरांच्या आजारपणाची मला मुळीच कल्पना नव्हती. त्यांनी प्रस्तावना देण्याचं मान्य केल्यानंतर ते त्यांच्याकडूनच मला कळलं. किडनीसारख्या दुर्धर आजाराला तोंड देत असतानाही आदरणीय श्री. पाटीलसरांनी माझ्यासारख्या नवख्याच्या कथासंग्रहाला प्रस्तावना अगदी मुदतपूर्व लिहून द्यावी, यापेक्षा दुसरी मोठी उदारता कोणती असू शकेल? सर खरोखरच आजतागायत कथा जगत आणि जपत आले, म्हणूनच त्यांना आजारपणातही हे शक्य झालं असावं! खरं तर, मलाच अपराध्यागत वाटतंय. त्यांचं हे ऋण शब्दांत व्यक्त करण्याजोगं नाहीच मुळी. त्यातून सर्वस्वी उतराई होणं मला तरी अशक्य वाटतंय. त्यांचं हे ऋण असंच डोक्यावर राहू देत माझ्या. कधी काळी कथेची नवी वाट मला गवसलीच, तर त्यांच्या या आभाळाएवढ्या ऋणातून किंचितसं मोकळं झाल्यावानी वाटेल मला.

पुस्तकाचे प्रकाशक मा. श्री. सुनील मेहता यांनी खूप परिश्रम घेऊन, 'हराळी'ला अधिकाधिक हिरवंकंच केलं. तिला सुबक अन् रेखीव आकार दिला; शिवाय शक्य तेवढ्या लवकर प्रकाशित केलं, याबद्दल त्यांचे आभार मानावे तेवढे थोडेच आहेत.

या कामी ज्यांची मला मोलाची मदत झाली, ते माझे मित्र श्री. राजेंद्र, तसेच पुस्तकाचे मुद्रक, मुखपृष्ठकार यांचादेखील मी फारफार आभारी आहे.

अनंत भोयर
कचारी सावंगा,

'हराळी'च्या दुसऱ्या पालवीच्या निमित्ताने -

'हराळी'मधील सुमारे पंचवीस वर्षांपूर्वी लिहिलेल्या कथा कालसापेक्ष जुन्या असल्या, तरी सध्याच्या परिस्थितीत त्यातील सुख-दुःख संवेदनं ताजीच आहेत. तूर्तास गावा-शिवारांचा वरवरचा चेहरामोहरा बदललेला जरूर जाणवतो; पण माणसं व त्यांचं जगणं पदोपदी तसंच दुभंगलेलं दिसून येतं. उलट आजघडीला या विकसनशील लोकांचं परावलंबन अधिकच वाढलेलं आढळतं.

जगण्याला सुकर करण्याची कंत्राटं घेतलेली व्यवस्थाही अलीकडं अधिकच सत्ताप्रिय व स्वार्थपरायण झालीय. भोगलोलूप व भपकेबाज माणसांकडं पाहून आपण शाश्वततेकडं निघालोय की क्षणभंगुरतेकडं तेच कळेनासं झालंय. केवळ जवभर सुखापोटी डोंगरभर दुःखाला पेलतो आहोत का आपण? नीतिमत्ता अन् श्रमनिष्ठा तर तथाकथित विकासाच्या मलमली मुलाम्यात पुरती दफनल्यावानी झालीय.

स्पर्धेच्या *पसाऱ्यात* प्रत्येकाची चाललेली *दौड* ही जिवाला *चुटपूट* लावणारीच असते. बऱ्याचदा ती आपल्याच मनाला *दुग्ध्यात* पाडणारी. डोक्यावर *पांघरूण* ओढत तात्पुरती *भुलन* पाडून घेणारा समाजही सर्वत्रच आहे. *भुजाडण्यांना* भुलून *उपास* धरणारे भाविक गाजर गवतावानी वाढताहेत चहूकडं. *कुंकवाच्या* पारंपरिक स्वावलंबनाला मुस्टे मारत तात्पुरत्या टिकलीकडं धावण्याचा आव आणणाऱ्या स्त्रियाही सर्वदूर आढळतात. जाहिरातींच्या *गराड्यात* हुरळून *हराळी* मारणाऱ्या अन्नदात्याचं तर पाळीव *सोनपाखरूच* झालंय! म्हणूनच शेतीचे नाना *तितंबे!* तिचं सालोन्साल वाजतंय *टिनटप्पर!*

पण केवळ उपचारांचं *लेबल* लावून निघणार नाही काळजातला *काटा.* तो काढण्यासाठी ढोसणी वा उटाळणीच हवी. मग ती ढोसणी असेल काटे-चिमट्याची वा सुई-सुरीची किंवा उटाळणी म्हणून लेखनीचीही! अन्यथा समूहप्रिय म्हणून गणला जाणारा हा मानव समाजात राहूनही *एकलटिकाच* राहणार शेवटी.

आधीच्या 'हराळी'मधील दुर्वांच्या जुडीत या दुसऱ्या आवृत्तीच्या निमित्ताने आणखी काही दुर्वांची भर घातलेली आहे. ती रसिक वाचकांना निश्चितच आवडेल, अशी आशा आहे.

लेखनविविधतेचं माहात्म्य मूलस्थानी जाणणारे प्रकाशक मा. श्री. सुनील मेहता यांनी हराळीच्या वाढीव पालवीलाही लेखनाच्या जैववैविध्यात स्थान दिलं, त्याबद्दल मी त्यांचा कायम ऋणी आहे. तसेच श्री. सरदार जाधव यांनी चित्रे व रेखाटने यांच्या साहाय्याने 'हराळी'ला अधिक समर्पक चेहरा दिला, त्याबद्दल त्यांचेही मनःपूर्वक आभार!

दसरा,
दि. ३०/९/२०१७

अनंत भोयर

अनुक्रमणिका

हराळी

चुटपूट

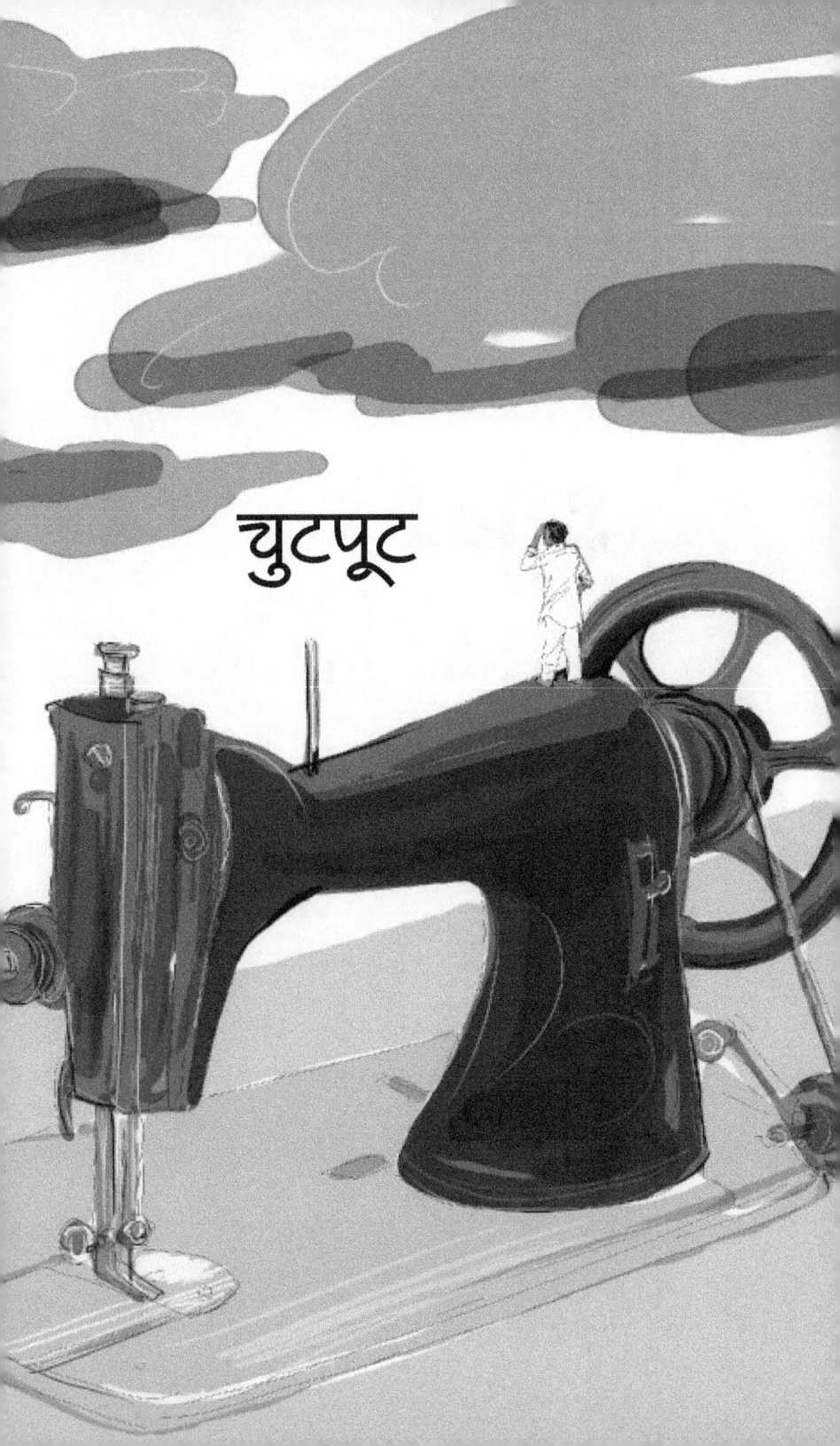

...आलं अभाळ. मागोमाग वाराबी. आता ह्या अभाळाचं काही खरं न्हाई. वाऱ्याले तं काही धरबंदच राह्यला न्हाई. पानी कुठं दडून बसला देव जाने? मांगरोजा त्यानं असंच झुलोलं. आताचे हे चिन्नबी काई बऱ्याचे न्हाई. वारा आनं अभाळ. यकाचं खेटर यकाच्या पायात न्हाई!... यावक्ती मात्र त्यानं आपल्या चालू कामात खंड पडू दिला नाही. उठला नाही का मशीनच्या पटाबाहीर येवून पाहिलं नाही.

पण मन मात्र अजुनबी तारी थांबत नव्हतं. आतली चलबिचल लपवता येत नव्हती. कैचीवरच्या मुठीची पकड ढिली पडत होती. कपड्याचा आडवा-तिडवा घास घेत चालली होती. शरीर पटाच्या आत असलं, तरी जीव मात्र बाहीरच्या अभाळाला टांगणी लागला होता. इनायकनं मनाला तसंच कुढू दिलं. कैची जाईन तिकडं कपड्याला फाटू दिलं.

मघाशीबी असंच झालं... लगंलगं अभाळं भरून आलं. घडीभऱ्यात अवघं जलाजल होते का काय, असं वाटत होतं. अंधारून आल्यानं मशीनच्या धापटात काहीच दिसत नव्हतं. त्यानं कपडा फाडणारा हात रोखला. हातचं काम अर्ध्यावर सोडून तो बाहेर आला. चहुबाजूनं अभाळ निरखू लागला.

"सतरा खेपा काय पाह्यतं गा, इनायक- बाहीर येवूनसन्या?

तुह्या वावराकडंच पडून राह्यला पानी!" वट्ट्यावरच्या चारचौघांत बसलेला झिबल बोलला.

देवराव मास्तरनं टेवला मारला, "उच्ची नसीब घेवून आला ब्वा, थो देवाघरून?"

...ह्या रिक्कामटेकड्याइले काय ठाऊक- मानसाची दुखते कुठं न् शेकते कुठं? त्याहीले काय - पानी आला काय आनं गेला काय. थ्या मास्तरचे तं मह्यनेवारी दोन हजार बांधलेच हायेत. पुन्ना बायको आनतेच कमावून घरात. जळते त्याला कळते. पर म्हून दुसऱ्याले काहून दात दाखवावा बा?... त्याच्या मस्तकात वळवळल्यावानी झालं.

आताबी ह्या अभाळाचा भार असाच जाईन का मनाव बेवायसी?...कोनत्या बाजूनं झुकलं हाये अभाळ कोंजीनं. खरं म्हंजे लगोलग वळनीखाली जावूनसन्या पाहून घेतलं असतं हातालागलं. पर न्हाई, राहू दे. याआचं यीन आनं जाआचं जाईन. उगंच पुन्ना वळनीखाली जावून त्याहीच्या तोंडाले तोंड कोनं द्यावं?...

न्याहारी करून वावरात गेलेला इनायक दोह्यपारीच घरी आला होता...

"कावून रे मंधातच आला असा? भाकर तं पाठोली व्हती सुर्श्याच्या मायजौळ."

"हे का व्हये आनली," तो भाकर उंबऱ्यावर ठेवत बोलला.

"तशीच आनली वापस?" भाकरीकडं पाहात मायनं पुसलं, "आरेऽपर असा अंधामंधातच कावून आला मन्तो मी?"

"काई कामच न्होतं वावरात."

"सप्पा सरून गेलेत का कामं?"

"तूच जा तुह्यालायक असंन तं...!"

तो तुसडेपणानं बोलून गेला.

"ह्या थकल्यापायी माह्याकून कामं झाले असते, तं कायले असी तुहा दाट्टा राखत बसली असती बाप्पा, इथं?"

...वावरात तरी काय हाये? पेराच्या आंधी होतं तसंच आताबी. सारं वावर कोड्डं ठन्नान. पेरलेलं उगवाचा पत्ता न्हाई. कोनतं काम करनार हाये तिथं जावूनसन्या? उलट नुसती चुटपूट लागून राह्यते जीवाले. इकडं मशीनवर बसलो, तं हे अभाळ आलं. ह्या कामातूनबी चित्त उडून गेलं. वावरातून आल्यापासून जेमतेम दोन कपडेबी कापून झाले न्हाई धडाचे... मशीनच्या सुईनं मधामधात दोरा तोडावा तशी चालू कामाची धून तुटून जात होती.

"मघांसी यो हरकिसन भेटला व्हता कारे?"

"न्हाई बा. काहून?"

"घरी आला व्हता - तू वावरात गेल्यावर."

"काय मने?"

"थे शेंगाच्या पयशाचं सांगजो मने इनायकले."

त्याच्या पोटात खोल खोल गड्डा पडत गेला. चेहऱ्यावरची चिंता अभाळावानी काळी गडद होत गेली... आता ह्या तंगीच्या दिवसात कुठून आनावा यवढा पयसा? दरसालीना ह्या मह्यन्यात मजूर किरसानाच्या पोराइचे शाळंचे कपडे शिवाले येतेत. म्हून कामापुरते पयशेबी राह्यते गाठीशीन. परं अवंदा पानीच न्हाई. ज्यानं-त्यानं घरातल्या पिप्या मडक्यातलं होतं-न्होतं थे जिमिनीच्या पोटात रिचवलं. उगवाचं नाव न्हाई. आता थे कुठून शिवतीन बिचारे पोराइले कपडे? कपडे न्हाई म्हून आपली मशीनबी थंडी. कसे तरी दोन कपडे आले, तं त्याच्यातबी मन न्हाई लागत ह्या पान्याच्या काळजीनं. बरं, पेरलं थ्या फसलीच्या भरोशावर कुठून पयसा हातउसना काहाडाव, तं थेबी सोय न्हाई. पेरलेलं अद्याप उगोलंच न्हाई तं पयशासाठी तोंडतरी कसं फाडावं् कोनापुढं?... वारा आला. पाटावरच्या मापवहीचे हिशोबाचे पान उलटवून गेला.

घरच्या शेंगा काहाडल्याबरोबर आठशाच्या इकल्या. आनं पेरासाठी म्हून मिरगात अकराशाच्या उधारीत इकत घेतल्या. यक यक दाना जीव लावून जिमिनीत सोडला. पर आता ह्या अभाळालेच मरी आली. जवळ होते नव्हते थे पयसे पेराच्या रोजमजुरीत आनं रसायनखातामंधी निसटून गेले. न्हाई मनता ब्यांकीतून उशिरा पीक कर्ज भेटलं. पर ऐन पेरन्याच्या तोंडावर सुर्श्याच्या मायले इसमजरी मानगी झाली...पयसा पयसा

करताना जीव कालाबुला झाला.

"मंग कसं रे, त्याच्या पयशाचं?"

"अं?... पाहू.?" तो तुटक तुटक बोलला.

कानात वारा शिरलेल्या सांडासारखं बाहीर अभाळ डखरू लागलं. तसतसं इनायकचं मन आणखी बैचेन होत गेलं. त्यानं कापलेल्या प्यांटाच्या कपड्याची गोल गुंडाळी केली, आणं ती ठेवण्याच्या निमित्त्यानं उभा झाला. गुंडाळी खोक्यात ठेवून बाहीर आला. डोळे फाडून अभाळाकडं पाहू लागला. अभाळ चहुबाजूनं खाली लोंबलं होतं. भन्नाटलेल्या वारा अभाळाशी टकरा घेत होता.

हर खेपले हे असंच होत होतं... अभाळ भरून आलं, का वाऱ्याले फुराण चढत होतं. काडी घेऊन येणाऱ्या बापाला पाहून खेळ अर्ध्यावर सोडून पळणाऱ्या पोरावानी; जमलेले ढग वाऱ्यामुळं दूर कुठच्या कुठं पळून जात होते. अवघं अभाळ आपला पान्हा चोरून घेत होतं. मारक्या गाईनं दोहताना लाथा झाडाव्या तसा धुंधाड वारा फटकारे मारत होता... पाणी येण्याचं आताबी चिन्हं दितस नव्हतं. तिथं उभं राहणं त्याच्या जीवावर आलं, तसा तो मशीनकडं वळला. कापलेल्या प्यांटाची गुंडाळी घेवून शिवासाठी बसला.

अर्धा कपडा शिवून झाला असंन नसंन, तोच बाहीर जोरानं काड् काड्ऽ वाजलं. अडात बार उडवल्यावानी ऐन माथ्यावरच आवाज झाला. त्यानं फिरणारी मशीन झटक्यात थांबवली. कानावर हात दाबून धरले. घरात लिहत बसलेल्या पोराला आवाज दिला.

"सुर्श्या, हरिबावाच्या इथून पंचांग आन रे लवकर."

"ह्या इजा गरजून राह्यल्यानं जी, बाहीर..."

"खानार हाये काबे थ्या तुले? चाल जा, पळ."

पोरंग कां-कूं करतच जागचं उठलं. पंचांग आणासाठी गेलं.

त्याचं मन मशीनवर रमलं नाही. तो आळसावून दरोज्यात आला. बुढीनं आंगणात टाकलेल्या इळ्याकडं टक लावून पाहू लागला. अधूनमधून हरिबावाच्या घराकडं लक्ष ठेवू लागला. घडीभऱ्यानं पोरगं पंचांग घेऊन आलं. त्याच्या हातातलं पंचांग अधाशावानी हिसकून घेत इनायकनं पुसलं,"काहून बे, यवढा उशीर?"

"सापडेच नाई लवकर."

गाडलेला हंडा उखरून पाहावा त्या हुरूपानं इनायक पंचांग उघडून पाहू लागला. पाण्याचे योग तं लय दिसत होते ह्या पुखात... अजबी पानी सांगतला हाये. पर मंग येत काहून नसंन मनाव?"

"काय पाह्यतं गा यवढं बारकाईनं?" रस्त्यानं येणाऱ्या गोइंदानं पुसलं.

"काई न्हाई, पानी पाह्यतो कव्हाचा हाये तं."

"काय मन्ते पंचांग?"

"इथं तं रोजच पानी सांगते, बा. मेंडकीचं वाहन हाये खरं ह्या नक्षत्राले."

"मंग येवून राह्यला का इथं तुह्या गावात यखांद्या रोज तरी?" गोइंदा नाकाला वळी पाडत बोलला,"ऊंऽ काय ठेवलं हाये थ्या पंचांगात?"

"तसं न्हाई... पर कुठं ना कुठं पडतच असंन कनाई?"

"काई पडत न्हाई!" घरातला सुर्श्या पुस्तकातून डोकं वर काढत बोलला, "थे पंचांग न् फंचांग काय सांगते जी, कप्पाळ! उगंच आपला टैम खराब करनं!"

"हो... हो!" इनायक पोरावर उखडला. "समजंन तुलेबी मंग... अद्याप पानी आंगावर पडाचं हाये तुह्या!"

"थ्या पोराचंबी यका परीनं खरंच हाये इनायक. तूच सांग थ्या पंचांगापरमानं येवून राह्यला का पानी? काईतरी आपलं, देल्लं येलाले बेलं आनं वांगीले फुलं लावून, का झाले पंचांगवाल्याचे पयसे चित्त!"

त्यानं काहीशा तणक्यानंच पंचांग बंद केलं. कपड्याच्या पाटावर दचडून दिलं. मशीनची खडखड पुन्हा सुरू केली. फाडलेला कपडा जोडत मशीनची पावडी जोरानं हालचाल करू लागली.

"इनायक, दिवसं काई बराबर न्हाई राह्यले गड्या, आत्ता... मानसानं सप्पा माणुसकीच सोडली, तं पानी तरी कसा यीऽन? आता हेच पाह्य बरं, मांगं तिकडं लढाई झाली मंते. पार तेलाच्या हिरीच्या हिरी पेटून देल्ल्या खरं. समुद्रात बांबगोलेबी फोडले. मंग कसा यीऽन पानी?"

इनायक नुसता हूं हूं करत राहिला. हुंकारा पिच्छे मशीनचा पायडल मारत गेला... मंते पंचांगात काय ठेवलं हाये? मंग कोनाले इच्याराले जाव? ह्या घुम्यावानाच्या अभाळाले? का ह्या मोकाट वाऱ्याले?आपल्यासारख्या मनुक्षाले समजलं असतं, तं कायले ह्या पंचांगाचा आसरा घ्या लागला असता?...ह्या पाण्याची वाट पाहून पाहून डोळे निवून गेले.

पाणी येत नाही म्हून मांगंरोजाच तेलीपुऱ्यातल्या चारचौघानं गावातल्या बह्यऱ्या मारोतीवर पाणी टाकाचं ठरवलं. धोंडीबी काढली. बायामाणसं पाणीभरले गुंड घेऊन त्याच्या घरापुढून वाजत गाजत गेले. तोही जाणार होता. त्यानं अंगात कमीज घातली, तसं वट्यावर बसलेल्यापैकी कोणंतरी तोंड मारलं.

"जानं गा, त्याहीच्यामांगं! तुले न्हाई पाह्यजेन का पानी? असा तं मोठ्ठा घडीघडीले कपाळावर हात धरून पाह्यतं अभाळाकडं!"

वट्यावरच्या अवघ्यानं फिदीफिदी दातकडं काढले. त्याच्या मनसुब्यावरच पाणी फेरल्यासारखं झालं... काय मनाव याले? आपलीच आपल्याले चोरी! याहीले नसंन पटत ह्या गोस्टी; म्हून साऱ्याइलेच नापसंद असल्या पाह्यजेन्, असं काई

हाये का? राह्यते यकेकाचा भरोसा. पर म्हून असं तोडून बोलाव का दुसऱ्याले? त्याचं काळीज उसवल्यावानी झालं. वाटलं... उसवला कपडा जोडून घेता यीन, पर काळीज?

मशीनची खडखड सुरू असतानाच एकाएकी वाऱ्याची लपट आली... मशीनच्या पटात कोंडाळली. रस्त्यावरचा सारा गागरा खोलीभर पसरला. इनायकनं मशीन थांबवली. झटक्यात जाग्यावरून उठला.

'लमचं, ह्या वाऱ्यालेबी व्हइक आलं नुसतं!'' त्यानं थंडथंड पटं बंद केले. कड्या लावल्या. होटात सुई-दोरा धरलेला. घरात गेला. शिवून झालेला प्यांट पोरापुढं फेकून बोलला, ''घे काचगुंड्या करून भर्‌कन नेवून दे बरं तभान्याच्या पोराचा प्यांट.''

घरातल्या भुईवर पसारी आथरून तो त्यावर पडून राहिला. दुपट्ट्यानं डोळे झाकून घेतले. पर झोपबी येत नव्हती. जाळ्यातल्या कातीनवानी सारं मन दुसरीकडं अटकलं होतं. कान गरजणाऱ्या अभाळाची चाहूल घेत होते... पानी आला पाह्यजेन. लौक्कर आला पाह्यजेन. त्याबिगर ठेक्यानं केलेल्या वावराचे पयसे निघनार न्हाई. डोक्शावरचं कर्ज हलकं व्हनार न्हाई. पान्या लेका! तुह्या जीवावर तं साऱ्या जगाची भिस्त. तुनंच असं दुर्मुखल्यावानी तोंड फिरोलं तं किरसानानं कोनाच्या तोंडाकडं पाहावं, बेट्या? काहून असा सक पाह्यतं दादा गरिबागुदाचा? ये, लगंलगं ये. त्याचे डोळे घुमारले... गर्भारलेला दिस कलला.

...आला पानी. रेलचेल आला! जिमिनीले पानी संभाळत न्हौतं. बेमुराद बरसत व्हतं. उघड्यावरच्या मानसा - जानवराले जीवबी लपवू देत न्होतं. वारा न्हाई का गरजनं न्हाई. नुसता पानी! पोटभर. भुईतले भुईमूगाचे दाने आक्कुरले व्हते. दाना न्‌ दाना ताशी लागलेला. हिरव्या चादरीवर पिवळे फुलं गुफले. मातीत काटे सुटले. घेघाल पीक. एकेका डाखळ्याच्या शेंगा मोजनं व्हत न्होत्या. नोटाच्या बंडलानं थ्या हरकिसनचंबी तोंड आता पुरतं बंद झालं व्हतं.

पानी असा बरसला व्हता का सारं जलाजल झालं व्हतं. नदी - नाल्याचं पानी काठ फोडून वाहत व्हतं. रस्त्यानं पानी. घरादारात पानी. आढ्यावरबी पानी! तो त्यात बुचकळ्या मारत व्हता. नाका-तोंडात पानी जात व्हतं. जीव कासावीस झालेला... इनायकनं घायबरून डोळे उघडले. खरंच, जीव कासावीस झाला होता. आंगातले अवघे कपडे भिजून चिप्प झाल्ते.

बाहीर सूर्याचं तिरीप बुडलं होतं. सादळलेलं अभाळ अंधारून आल्तं. सारीकडं जीवघेणी खदखद होती. वारा आताबी लंगडी घालत होता. आडव्या-तिडव्या झडपा मारत होता.

''कावून वो, तिन्हीसांजा असे झोपून आहा बुहाऱ्यावानी?''जिजानं, धुतलेलं

हात-तोंड लुगड्याच्या पदरानं पुसत विचारलं.

"ऊऽ... काय कराचं हाये." तो घाम पुसत बोलला.

"मले सांगतलंबी नाई तं दुपारी चाल्ले आले वावरातून?"

"..."

"आनं भाकर गिकर वो? खाल्ली का नाई?"

"कुठं वं खाल्ली? थे, तस्सीच आनली घरी," बुढी काळजीनं बोलून गेली.

"कावून वो, ब्येस नाई लागत का?" तिनं त्याच्या मस्तकावर हाताचा तळवा ठेवला.

इनायक खस्सकन् उठून उभा झाला... "मले काय धाड भरली?"

तरंतरं चालत तो न्हाणीत आला. गुंडातलं पाणी घेताना त्याला काहीतरी आठवलं. त्यानं चूळ भरली आणं भरलेला पाण्याचा गुंड नांदीत रिचवला... रिकामा करून तिथंच उपडा मारून ठेवला.

चाहाची बशी त्याच्याजवळ देत जिजानं सांगतलं, "आपल्या खापरीकडं रानडुकरं हिंडतेत मंते रातचे."

"आपल्या शिवारात?" झटका बसल्यावानी बशीतला चहा उलंगला.

"हो, लय झनाचा भुईमूंग खाल्ला मंते उखरून. आणं भरदिवसा बाबल्लीचे थे पाखरंबी मातीतला दाना येचून राह्यलेत जागोजागी."

पाण्याबिगर जमीन फाकावी तसं त्याचं काळीज फाकत गेलं. तो मशीनवर आला. उदासल्यावानी पायडल मारू लागला. पर मनासारखी शिलाईच होत नव्हती. रानातल्या पाऊलवाटंसारखी हेकडी-तेकडी पळत होती. दोन कपड्याचे तुकडे बरोबर सांधले जात नव्हते... आपल्या आयुक्षाचंबी असंच. ह्या तुसारीच्या पिकापान्यावर सालाभऱ्याची पोटाची भाकर. ह्या मशीनचा धंदा काय - उधारीचा मामला अन् हळूहळू बोंबला! तेल-मीठबी भागत न्हाई धड. थ्यावक्ती म्याट्रीक झाल्यावर जरासे हातपाय हालोले असते, तं वळखी-पाळखीनं मास्तरकीची नवकरी भेटून गेली असती... अशी वेळ आता आली नसती. ह्या निसर्गाचं काई खरं नाई. कास्तकारी म्हंजे तं निरं ह्या कपड्यावानीच - यक मोडनं आनं दुसरं जोडनं! ह्या कपड्याच्या शिलाईत काई ढंग न्हाई. खरं तं किरसानं आनं शिवाराले जोडासाठी पान्याच्या शिलाईची जरुरी हाये. पानीच नसला, तं किरसानची कीव न्हाई आनं शिवाराची शीव न्हाई... म्हून थो यक खूटखुटा काहाडूनच टाकाव... मनातला संकल्प पुरा करून घ्याव.

त्यानं घरात वाकून पाहिलं. वावरातून आल्यापासून जिजा घरातच होती. तो मग राहून राहून घरात पाहू लागला. मशीनवरच्या कामातून त्याचं मन पार उडून गेलं. राहून राहून घरात कानोसा घेऊ लागलं.

"हे काय व्हये जी, इनायकबाप्पू!" तभान्याची बायको हातात प्यांट घेवून

मशीनकडं येत बोलली, "कावून असे चळल्यावानी करता?"

"काहून जी वयनी, काय झालं?"

इनायकनं दचकून विचारलं.

"हे पाहा बरं... माह्या सुन्याचा प्यांट कसा सिवून ठिवला तुमी! अस्साच सांगतला व्हता का तुमाले?"

"परं झालं काय?"

"असा अर्धा हाप्प्यांड सिवजा मन्लं व्हतं का म्या!" ती प्यांटाची घडी उकलून दाखवत बोलली, "यवढ्या मोल्यामाहागाचा फुलप्यांडाचा कपडा वाया धाडला कनाई तुमी?"

"मले कसी भुलन पडली बेटी!" त्यानं कपाळाला हात लावला.

"थ्या मापाच्या वहीत लेहलं व्हतं नं तुमी?"

"च्च! सारा हिसोबच उलटा झाला... बरं, जमून देतो मी."

इनायकनं जरा नरमाईनं घेतलं.

"मंग आता पायल्या जोडून त्याचा फुलप्यान्ड करान, तं मंधात शिलाईचा जोड नाई येनार का?"

"..."

"कई येवू मंग? जराभऱ्यानं जमंन का?"

"असं करानं वयनी... उद्याच घेवून जा अरामानं."

"कावून बाप्पा उद्या?... थे पोट्टं भुकून राह्यलं तिकडं घरी."

"खरं सांगू का वयनी, अज माह्यं लक्षच न्हाई लागून राह्यलं सप्पा कामामंधी."

"याहीले काय झालं असं कोंजीनं माय!"

हातात लोटा घेवून बाहीर येताना जिजा बोलली. तिच्यामागं तभानीनबी निघून गेली.

इनायकनं रस्त्याकडं पाहिलं. आता बाहीर सांजावत होतं. तो मशीनवरचा उठला. दबत-दबकत घरात गेला... मघाशी न्हाणीत रिकामा करून ठेवलेला गुंड आवाज न करता त्यानं हलक्या हातानं उचलला. बाहीर येवून आजुबाजूला टिव्हाळून घेतलं. लकस-पकस इहिरीवर गेला.

आपल्या दोरबाटलीनं इनायकला पाणी भरताना पाहून, मागून आलेल्या भानदासनं पुसलं, "काहून गा इनायक, अज तुह्यावर फेर आला पान्याचा?"

"काई न्हाई, प्याऽले नुपर पडली जरा."

-इनायकनं त्याची नजर टाळून उत्तर दिलं... लावली लेकानं हटक-दुर्मखल्यानं! काईबी कराले गेलं, का असेच मंधात आडझोडपे येवून पडतेत लमचे!

त्यानं झर्रझर्र दोन बाटल्या पाणी काढलं. गुंड भरला. ओवण्याचा उभा होवून

खिशातली शेंदराची पुडी चाचपून पाहिली. भोवताल पुन्हा नजर फिरवली... भानदास पिशाबीसाठी बाजूला गेला होता.

इनायकनं भरलेला गुंड खांद्यावर घेतला...., आणं दडत-लपत बह्मऱ्या मारोतीकडं जाणारी सांदीची वाट धरली!

'गोंदण' दिवाळी ९१

●

दुग्धा

छायवाणीच्या धडीवर तुळशी मिरच्याचे नाकं काढत बसली होती. अधूनमधून दरोज्यापल्याडच्या रस्त्याकडं चाहाळ घेत होती. नाका-तोंडावरून आडवा पदर बांधलेला. सकारामबुढा अन् सून वाडीत गेल्यामुळं अवघं घर सूनसान झालेलं.

गाईच्या कोठ्याकडून आलेली मुंगसाची जोडी आंगणाच्या ठिगळात तुरतुरत होती. भित्तीकाठची जमीन पायानं उखरत होती.

पायातल्या वाहना काढून बबन सपरीत आला, तसं तिनं वर न पाहताच पुसलं, "कुठं गेल्ता रे इतल्या वाडखोचा?"

"ब्यांकीत होतो."

तुळशी काहीच बोलली नाही. मिरच्याचा ढीग खालीवर करताना एकाएकी खस उठावी, तसं तिच्या मनात ढवळलं. मिरच्याचे हात धुवून ती घरात गेली.

बबनच्या ताटात भाकर वाढताना तिनं विचारलंच, "काय मने मंग थो ब्यांकीवाला?"

"कमिशेनवर देतो मने तुमची केस मंजूर करून."

"पर तुह्या डोक्शातलं थे भूत काई गेलं नाई मनाव अद्याप, नाई?"

"माह्या कायचं? तुमच्याच डोक्शातली भनक न्हाई निघाली अजून!"

"कर, बाप्पा! कर, तुह्या मनात यीऽन तस्सं!... मी कोन बोलणार तुले?"

त्याच्या ताटाकडं नजर खिळवून तुळशी बाजूला दोन पायावर बसून राहिली.

जेवल्यावर खुट्टीवरची कमीज अंगात घालणाऱ्या बबनकडं तिनं नजरभर पाहून घेतलं. मग त्याच्याच ताटात वाढून घेतलेली भाकर ती चाभलत चाभलत खावू लागली. पोटात भुकंची खाई उसळली होती... पण का कोण जाणे, अन्नावरची वासनाच उडून गेली होती. माती खाल्ल्यावानी घास नुसता तोंडात फिरत होता. नवाड्या पाव्हन्यासारखा घशाच्या दरोज्यातून रेंगाळत होता.

धुयधाय करून तिनं मघाचं राहिलेलं मिरच्याचं काम पुन्हा हाती घेतलं. नाकं खुडता खुडता मनात आलं, चालू कामात अडथळा आला म्हंजे हातचं काम सोडून देता येतं. पर संवसार? थो मात्र मनात असूनबी अर्ध्यावर हातचा टाकून देता येत नाई. ज्याचा त्यालेच निभवा लागते... सुखाची आईबाई, दुखाचं कोनी नाई!

त्यादिसी न्यारंच घडलं... असंच जेवन वाढत असतानं बाजूचं पोरगं कलकलत आलं -

"मोठीमाय वोऽ ... बबनभौ हाये का घरी?"

"हो, कावून रे?"

"तुही गांगी कनाई तं कांदेहौसात कोंडली दिसली मले."

जेवणारा बबन हातातला घास थांबवून बोलला, "लेह्यडीवर गेली असंन थे

बदमास पुन्ना! तव्हाच तं काल राती घरी न्हाई आली.''

"आता कसं रे?''

"कसं कायचं? हे सारं खेरपाट इकूनच टाकाचं अवंदा सप्पा.''

"आनं मंग दूद?''

"काहून इकत भेट्टेनं लागनं तितकं. फेक पयसा पे पानी!'' तोंडातला घास घाईनं चावत तो बोलला, "लमचं! घरी यवढं गावभर गोहोन; पर धड गडवाभर दूद न्हाई व्हत कव्हा... थ्यांपक्षा यक जेरसी बरी.''

"हो, तू सारंच करतं!'' त्याचं बोलणं तुळशीनं नेहमीसारखं हासण्यावारी नेलं, "तूच जाजो मंग थ्या जेरशीमांगं चाराले!''

"काहून? बैलाच्या मांगं वागोता येते.'' तो तिच्या डोळ्याला डोळा देत बोलला. "तुला खोटं वाट्टे का? पाह्य, मी महादेवभाऊसारकी जेरसी घेतो कनाई लोनवर.''

"आनं पयसे ?''

"पयशाची काळजी न्हाई... दूद सुरू झाल्यावर मंग डेयरीमंधी थोडे थोडे कटते खरं आपोआप.''

"त्याहीले सांगतलं का?''

"तूच सांगून देजो.''

"काहून, तुले तोंड नाई देल्लं का देवानं? जिथं तिथं मले मंद्यात घालतं!''

"यकडाव तू गोस्ट तं काहाडून पाह्य... मंग मी सांगतोच.''

रातच्यानं तुळशीनं सकारामबुढ्याजवळ विषय काढला, "उद्या सकायीस थ्या गांगीले आनजा कांदेहौसातून सोडून - कोन्या कमिनानं कोंडली तं!''

"काहून, बबन्या न्हाई गेल्ता का?''

"थो पयसे नाई मने माह्यापाशी,'' तिनं मोड मारली. मग जराभऱ्यानं बोलली, "कावो, ह्या एवढा गाईचा पसारा वागोल्यापंक्षा यखांदी जेरशी कावून नाई घिवून टाका?''

"मंग दामाजी कुठून आनू? का झाडाले लागतेत पयसे?''

"बाप्पा! थो ब्यांकीचा सायेब उधार देते खरं नं गाई?''

"अस्सं? बबनरावाचा सल्ला दिसून राह्यला!''

"थो मले कायले देईन माय, सल्ला?''

"मगं तुले कसं ठाऊक थ्या ब्यांकीचं?''

"थो असंच सबाकती सांगत व्हता थ्यारोजी?''

"आता आली कनाई सरकी!'' बुढा जितल्याच्या सुरात बोलला, "जेरशी घेऊन मंग का तो पेशेल गायकी ठेवनार हाये का तिच्या खरगुतीले?''

"कावून, जोडीमांगं वागोता येते यकटी जेरशी,'' तुळशी लेकाच्या तोंडचं बोलली.

"मोठ्ठी श्यायनीच हायेस तू! यका जोडीमांगं थोडा आटवा राह्यते का? तुमच्च्यात तं ढोराची सोडबांध कराचाबी निवाड न्हाई मंग, इथं यकुलती यक जोडीच तं पोसनं जड जाते. आनं आता ह्या हत्ती पोसाची अक्कल सांगून राह्यली तू मले!

तुळशीनं बुढ्याचं मन चाचपून पाहिलं... पण त्याचा कल आता समजला होता.

"मां, काय मने मंग थे? इच्चारलं का तुनं?"

"कारे, तू जेरशी घेतं खरं; पर तिच्या खरगुतीचं कडबा-कुटार आनं तिच्या सोडबांधीचं कसं व्हावं मंग? अलपासाठी पयसा कुठचा?"

"ह्या गावरानी गायाइचे न्हाई येनार का इकल्यावर पयसे?"

"थे तयार व्हतीन का घरच्या गाई इकाले?"

"तुनं पुसलं न्हाई?"

"माही नाई होत बाप्पा, हिंमत! मलेच काई आडव-तिडवं बोलून बसले तं?"

"मंग मलेच सांगा लागंन तसं -"

हे चिन्नं काई बऱ्याचं नाई... तुळशीला विचार पडला. बापलेकाचा मेळ कसा बसंन, याची उकलच होत नव्हती. तिला निरं कोणाच्याच बाजूनं बोलता येत नव्हतं. लेकानं सांगतलं तेही पटत होतं, आणं बुढा बोलला तेही पटत होतं. पर खरं कोणाचं हे ठरवता येत नव्हतं. तुळशी मात्र जात्याच्या दोन पाऊंत सापडलेल्या दाण्यावानी भरडत होती. डोक्यातल्या विचाराचं नुसतं पीठ होत होतं... आल्या परसंगाच्या दाडीत आपली मान देणं तेवढं तिच्या कह्यात होतं.

"थो शामरावभाऊ इच्यारत व्हता कडबा इकाऊ हाये का म्हून?"

-सकाळपारीच बबननं चाहाची बशी वाजवली.

"कडवा-गिरबा काई इकाचा न्हाई अवंदा आपल्याले."

"यवढ्या कडब्याचं काय करता वो, जवळ ठिवूनसन्या?" मंधातच तुळशी बोलली.

"काय म्हंजे? मंग बरसादीत पेरन्यावर काय मापले हाडं टाकीन का ढोरापुढं?"

आता मात्र बबननं टाच मारली, "पर यवढे ढोरं ठेवाचेच कायले? खावाले काळ न् भुईले भार!"

"मंग का कराचं हाये?"

"इकून टाकाव मन्तो-मंगळवार बजार पाहूनसन्या."

"मोठ्ठा अकलीचा कांदाच हाये तू! मंग खातमूत कायचं टाकसीन? का वावरात जावू जावू हागसीन यकटाच?"

"काहून, जेरसी घेतली तं तिचं शेन न्हाई व्हत का?"

"तुही यकटी जेरशी सात गाईयवढं हागंन का?"

"परं मंग लागलं थे खातमूत इकत घेता येते."

“तुह्या आज्यानंच बांधून ठेवलं हाये पयशाचं गाठोडं. इथं जहर खावाले पयसा न्हाई जवळ!”

“जेरसी घेतली तं दूदाचे पयसे येतीन.”

“थे जेरशी जेरशीच मिरवून राह्यला अंखीन मंधामंधी! माह्याकून न्हाई व्हत थे उचापती धंदे!” बुढा पिसाळून उठला.

“न्हाईतरी तुमच्याकून काय व्हते? जव्हा-तव्हा आपलीच आडकथा लावता!”

“आमचा तं असाच काळ चालला! तू करून दाखो नं आत्ता-”

“मी करूनच दाखवीन!” बबन जिद्दीस पडला, “तुमच्याकून तं बांधू बांधू करून मांगच्या खंडाऱ्यातली रांधनीची खोलीबी न्हाई बांधनं झाली अजपावतर!”

“तू बांधनं हरामखोरा! पाडनं निवाड!”

“म्हूनच करू देता का? मांगं गोलपट्टीत नानाकाकासारखे संतराचे झाडं लवू मतलं, तं जवारी पेराची हाये मनत व्हते. सडलं कुत्रं न्हाई खात लमची थे जवारी! कडब्याच्या भावात नेवून इका लागते सरकारात - पसुखाद्य मनून फुक्कट!” बबननं मनातला सारा मैला मोकळा केला.

तुळशीचे मात्र दाहा गेले न् पाचच राहिले. टकळी लागल्यावानी ती बापलेकाकडं आळीपाळीनं मुलूमुलू पाहात राहिली. बबननं बापाच्या मर्मावरच घाव केला. बुढा चिडून गुरगुरला, “तू शेफ्फारून गेला लेका... बापकमाईवर फुक्कटचं खावाले भेट्टे तं! आपकमाईवर करून दाखो जरा -”

“आता याच्यापुढं आपकमाईवरच करून दाखवीन मी!” असं म्हणून बबन तरंतरं चालत घराबाहीर गेला.

तुळशीचा जीव दुग्ध्यात पडला. नवऱ्याकडून बोललं तरी वाईट, आणं लेकाकडून बोललं तरी वाईट. दोघाच्याबी मंधात तिचा नुसता चपाटा झाला होता. विचार करून करून ती अर्धीनिर्धी राहिली नव्हती... अळीनं टोकरलेल्या मिरचीवानी पार पोखरून निघाली होती.

ह्या मिरच्याच्या तिखटाबिगर सवंसारातल्या भाजीले चव येत नाई हे खरं; पर निस्त्या मिरच्यावानी तंटेबखेडेच जर दिनारोज तोंडात टाकले तं मात्र जीव पानी झाल्याबिगर राहात नाई... नाकं काढून झालेल्या मिरच्याचा ढीग तुळशी खालीवर करू लागली. दरोज्यात पावलं वाजले म्हणून तिनं पुढं पाहिलं.

“आता चंभाराच्या शेजीले चेपलाइचा सुकाळ झाला, बाई!”

“कावून वं, काय झालं?” न कळून तिनं; जवळ येवून बसलेल्या सजीला पुसलं.

“काई नाई, घरी कोन हाये अंखीन?”

“मीच हाये यकटी. पर सांगनं, तुनं असं कावून मन्लं?”

“कुठं वं? कायच्यात काय न् फाटक्यात पाय! असंच मन्लं सबाकती.”

"पाह्य, लपवू नोको." तुळशी जिद्दीस पडली, "माही आन हाये गड्या, तुले!"

"तुले राग तं नाई येनार, जिजी?"

"नाई येत, सांग."

"बबनभाऊनं चंभारपुऱ्यात दुसरं घर भाड्यानं केलं, म्हून समजलं मले!"

मिरच्याचा ढीग अलत-कलत करताना उडालेल्या धुङ्क्यानं तुळशीला जोराची खेस आली. नाका-तोंडाचा पदर सोडून ती जोरानं खोकू लागली. उबळ आल्यानं तिचा जीव आदमुसा झाला. थेट काळजात उठलेल्या खेसीनं तिच्या डोळ्याला झरे फुटले... मनात येईन तसे वाहात सुटले.

"तुले कोनं सांगतलं वं सजे?" खोकल्याचा भर वसरल्यावर तिनं हाफत पुसलं.

"माह्या घरचे हे सांगत व्हते, बाई-अज जेवाच्याववक्ती सकायीस."

"तुह्या गळ्याच्यान्! मले ठावूकच न्होतं माय, अद्याप. आत्ता तू सांगतं हेच खरं."

बोलता बोलता तुळशीला पुन्हा खोकल्याची उबळ आली. जीव कावलपिसा होऊन गेला.

सजीला देण्यासाठी ती सुपारीचं खांड खलबत्त्यानं फोडू लागली. खांड पक्कं होतं. बत्त्याचा दणका बसल्याबरोबर उलट्या खलावर त्याचे चिपोरे चिपोरे झाले. दाणाफाण उडले... ह्या खलबत्त्यात सापडलेल्या सुपारीच्या खांडावानीच नाई का घरातल्या बाई संवसाराचं जीणं? खालून नवऱ्याच्या खलाचं दडपन, आनं वरवून लेकाच्या बत्त्याचा दबाव! काळजाचे कव्हा चिप्पोरे होईन, याचा नेम नाई!

तिसऱ्यापाह्यरा बबन बाहीरून आल्यावर तुळशीनं त्याला छेडलं, "हो रे, म्या आइकलं थे खरं हाये का?"

"काय?"

"तुनं भाड्यानं घर केलं मंते-"

"हो!"

"कावून! इथं काय कमी पडत व्हतं तुह्या जीवाले?"

"आता यकात राहूनसन्या मारामाऱ्या कराच्या हाये का? यका म्यानात दोन तलवारी न्हाई राहात कव्हाच!"

तिचं काळीज आरपार चिरत गेलं. "मंग खासीन काय अल्लग राहून?"

"आपकमाई!"

मायनं बोलण्याला बंधारा घातलेला पाहून मग तोच बोलला, "जेरसीचं दुभतं सुरू होयेपावतर आमी दोघंबी नवरा-बायको दुसऱ्याच्या कामाले जावू."

तुळशीनं कसं तरी मन निब्बर केलं. बुढा वावरातून आल्यावर तिनं त्याला समजावण्याचे नाना उपाय करून पाहिले; पण बुढा म्हणजे काळ्या दगडावरची

लकीर! दुसऱ्याच्या कलानं जाण्याचं नावच घेत नव्हता.

सकायीसच घराबाहेर जाणाऱ्या लेकाला बुढ्यानं हटकलं, "कुठं चाल्ला रे, बाहीर? वावरात येजो अज -"

"ब्यांकीतलं काम झाल्याबिगर फुरसद न्हाई मले," बबन पाठमोराच बोलला.

"ताशी पानी चाल्लं का आत्ता - थ्या जेरशीवाचून? पाह्यलं न्हाई कधी न् दारी बांधली गधी! थ्या मोठ्याले इच्चारलं-गिच्यारलं, का चाल्ला जेरशी घ्याले?"

"थो मोठा येनार हाये का इथं नाप्पुरावून जेरशीची साडेबांध कराले?"

बबनची तळपायातली शिलक मस्तकात गेली! तो पलटून बोलला, "जव्हा तव्हा त्याला इच्याराचं. त्याले पुसाचं! थो कुठचा तोफ व्हये का कोनी? मांगरोजाबी वाडीत सोयाबीन पेरू मन्लं, तं त्याले इच्याराले गेल्ते तित्थं नाप्पुरले!"

"तुले काहून झोंबली - त्याले इच्याराचं मनलं तं?"

"काहून न्हाई झोंबनार? गध्याले फोक न् घोड्याले इसारा! नवकरीवाला असला, म्हून का त्याच्याच मुतानं दिवे पाजळाचे हाये का सदाई?"

"पर तुह्या मुतानं पाजळाले तुह्यात अक्कल तरी हाये का तेवढी?"

"न्हाई! वावरातले काम करतो म्हून ढोरंच हो आमी! थे काई न्हाई; माह्या हिश्श्याच्या गाई मले देवून टाका. थ्या इकून मी आपली जेरशी घेईन, न्हाई तं जुव्वा खेळीन चौकात!"

असं म्हणून बबन तरतरत घरात गेला. रांधणाऱ्या बायकोजवळ जावून हिजडला, "राहू दे थे रांधा - गिंधाचं. आगोदर थे अंधनाचं सामान भर पोत्यात!"

"पर -" बायको त्याच्याकडं पाहातच राहिली.

"आता उठतेऽ काऽ-"

नवऱ्याचा एकूण रागरंग पाहून ती धांदरली. हातातली भाकर तव्यावर टाकून उठली.

तुळशीनं हे सारं सपरीतूनच ऐकलं. घरात त्याच्याजवळ येवून ती केविलवाण्या चेहऱ्यानं बोलली, "मी पदर पसरतो बाप्पा, तुह्यापुढं... पर येगळा होवून भरल्या घराचे तुकडे नोको करू."

सासुचं बोलणं ऐकून पोत्यात सामान भरणारी सून थांबली, तसा बबन उसळून बायकोजवळ गेला, "तू काहून थांबली?"

असं म्हणून त्यानं एक जोराची तिच्या गालफडात ठेवून दिली, "काऽ आली आता तुही पाठपुंजा द्याऽले...?

"भाकर कोळपली वाट्टे ताव्यावरची. वास आला म्हून." ती गाल चोळत बोलली.

तुळशीनं डोळ्याला पदर लावला. "पाह्य, माही आन हाये लेका, जासीन तं!"

"पह्यले थ्या करळ बुढ्याले घाल तुही आन! मोठ्ठी आन घालनारी आली तं!"

बुढ्ढ्यांचं तं ठाऊकच हाये, पर लेका निदान माह्याकडं तरी पाह्य. म्या आता

मतारपनी कोनाची आस धराव?"

"काहून लाडाकवतिकाचा मोठा पोरगा न्हाई का थो नाप्पुरवाला?"

"आरे लेका! त्याची बायको सुदी राह्यली असती, तं कायले असं झालं असतं?"

तुळशीचे मंतरचे बाबडे झाले... बुढा म्हणजे मी मनीन थे पूर्वदिशा! जल्माचा तिरसट. लेकबी तसाच जिद्दी. बाप तसा लेक अन् मसाला एक! कोणाकडून बोलाव आणं कोणाकडून नाही, हेच तिला समजेनासं झालं. इकडं आड तिकडं डोह. पोराच्या मांगं धावावं तं बुढ्याची फरफट होते, आणं नवऱ्यामागं धावाव तं पोटचं पोर अंतरते... पोटचा गोळा आणं कपाळाचं कुक्कू या दोहोत तुळशी नुसती बुचकळ्या खात होती. जीव खाली-वर होत होता.

सामानानं भरलेली दोन पोती अन् काखीत कपड्याचं बोचकं घेवून बबन आणं त्याची बायको दोघंबी सपरीत आले. सकारामबुढ्यानं पोराचा रुख घेऊन तुळशीकडं पाहिलं. तिरसटपणानं बोलला -

"जानं! तूबी जानं आपल्या लाडाच्या लेकासंगं! मी काई उप्पासी मरनार न्हाई!"

तुळशीच्या डोळ्याला धारा लागल्या.

सामान घेऊन दरोज्याकडं जाणारा बबन बोलला, "येसीन तं माही काही आडकाठी न्हाई."

डोळ्यातले आसवं तसेच ठेवून तुळशी दरोज्याकडं धावत गेली. धावताना ती उभी गदगदत होती. आंगोपांगी हालत होती.

सपरीत बुढ्याचं पटरणं सुरूच होतं, "मात्र, यकडाव गेली, तं पुन्नावून दिसजे नोको माह्या दाङ्ग्यात!"

लेकामागं धावत तुळशी दरोज्यापावतर आली मात्र. पण का कोण जाणे दाङ्ग्याशी येताच पायात मणामणाच्या बेड्या पडल्यावानी तिला वाटलं. एकाएकी धावत्या गाडीचे ब्रेक लागावे तसंच झालं. या सत्वपरीक्षेच्या घडीला ती दरोज्याच्या उंबऱ्यातच अडकून उभी राहिली... लेकाचं सुकलं-दुखलं, तं त्याची बायको हाये निस्तराले; पर बुढ्याले?

काळजाचा तुकडा रस्त्यावर पडला, तशी तिच्या कंठातून व्याकुळ हाक बाहीर आली...बऽबऽन!"

बबनच्या हुन्नरी पावलांना तुळशीची येडी माया थांबवू शकली नाही.

तिच्या डोळ्यांतून आसवांचा पूर वाहत होता. आतापावतर झालेला कोंडमारा धबधब्यावानी बाहीर उसळत होता. त्या पुरापल्याड, रस्त्यावर दिसणारे दोन धुरकट ठिपके आणखीनच अंधूक होत होते...

आकाशवाणी, नागपूर

●

पांघरून

थो सातरीवर चुलबुलला... आळसावलेल्या वातावरनातले अवाज धिरे धिरे कानात शिरत व्हते. बाहीर उजाडलं असंन. गारठाबी जाणवून राह्यला. त्यानं पळभर डोळे किलकिले केले... रातीच्या आंगावरचं गडद काळं पांघरून आता फिक्कट पडलं व्हतं. पिलारामनं पायथ्याशीन आडवं-तिडवं पडलेलं पांघरून आंगावर वढून घेतलं. घडीभऱ्यात थो पुन्ना घोराले लागला.वाकळीतल्या पांघरूनातला अंधार अंखीन दाट झाला. नाका-तोंडातून येणाऱ्या हव्यामुळं गरमावट वाहाडली... सरळ केलेले पाय पोटाशीन् कव्हा येवून भिडले थेबी समजलं न्हाई.

...कालचा हिडवोतला पिच्चर लय झक्कास. काय हव्यावर नाचत व्हती थे भिंगरीवानी! आरे, थे इथं कसी आली? ये. ये. बस असी. कुनीकडं आली वारी? इथंच... माह्याकडं? बरं, कुठं जाऽचं हाये आता? बुधल्याच्या तळ्यावर? व्वा! मीबी येवू मंतं? न्हाईऽबा, खरंच मले नाचता न्हाई येत.

देव्वाशेप्पत न्हाई. आरेऽ आरेऽ वढू नोको असी. मले न्हाईऽबा आफटता येत तुह्यावानी पाय. यवढ्या लवकर पाय दुखलेबी तुहे? घे, मी दाबून देतो लेकाले. अराम करू मंतं? बरं, चाल तुह्या मतानं. माह्ये न्हाई दुखले काई... अरेऽ अरेऽऽ...

"काकी वंऽ...अय काक्कीऽऽ..."

...मंधातन कोन आलं? यवढ्या सक्कायीस कोन्ती पोट्टी अड्डावून राह्यली?... त्याच्या तरंगाची साकळी तुटल्यावानी झाली.

"कावं, बाले?"

...साइत्री उठली वाट्टे मंघासीच...

"तुले कनाई, घरी हाये का तं पाहून ये मने माह्याघरचा...
कोंढाळीचा पाव्हना."

पिलारामनं भित्तीकडं कड फेरला. पुन्ना तरंगात शिराले लागला... पर आता कोठ्यातल्या गाईचे घाटरं जोरात कानावर येत व्हते. घरापुढचा रेडीवबी सुरू झाला वाट्टे. फर्रफर्र आवाज येवून राह्यला; साइत्री भुईसरं सारवत असंन च्याहा झाला काय तं कोंजीनं...

"अऽय, उठानं वोऽऽ... थे पोरगी आल्ती आता निरपं घेवून... थो... येते खरं आपल्या घरी. उठा बरंऽ लौक्कर. तिंरप निघून कित्ती वखत झाला!"

...कोन येते मन्ते? लमचं, यवढ्या सक्कायीस जे न्हाई थे. लोकाइले काई कामं न्हाई वाट्टे!...

"अरे हॅट्ऽ झोपू दे!" पिलारामनं आपलं तोंड उयशीत खुपसलं.

त्याले पुन्ना गुर्मी आल्यावानी झाली. डोळ्याचे फोतरं जडावले... न्हानीत पानी डबडबल्याचा अवाज झाला. झालं का इंच सारवन?

आंगनात जोडा वाजला. आला जवळ सपरीत...

"ओळखलं?"

साडीची फडफड झाली. "अंऽ? बालीले पाठोलं व्हतं तुमी, नाई?"

"हो, काल रात्रीच आलो त्यांच्याकडे."

"बाली आल्ती म्हून तं वळखलंच," पावलं वाजले. "गावावून आला का?"

"नाही, सरळ आलो नागपूरवरून."

लोखंडी खुडचीच टिपनट वाजलं. करकरलं.

...कोन व्हये हे अंखीन? लमचं सक्कायीसपासून हेच!...

खुड्चीवर धपक्न झालं. "मला वाटलं... ओळखते का नाही तू-"

"तसं नाई, पर चेहऱ्यात लय जिमीन-अस्मानचा फरक पडला."

"खूप दिवसानंतर पाहिल्यामुळं."

...अवाजबी वळखीचा न्हाई वाटत. कोन असंन मनाव ह्या? आफन उठाचोच, तं येवून टपकला!...

"कुठं हाये तू आता?"

"नागपूरलाच आहे गाव सोडल्यापासून."

"नवकरी असंन-"

"हो. गॅस फॅक्ट्रीत."

"टेंपरवारी हाये का पक्की?"

"सध्या डेलिव्हिजेसवरच काम सुरू आहे म्हणा."

"लय दिस झाले असतीन तुले आपलं गाव सोडाले, नाई?"

"हो आठ-नऊ वर्ष तरी नक्कीच."

पर इतल्या दिसाचा दिसलाबी नाई कवा इकडं-गावाकडं?"

"तूच तर बोलवलं नाही लग्नात. चूपचाप आपलं उरकून घेतलं."

"तुह्या पत्ताच न्हौता बा, माह्याजौळ."

...आँ! कोनाचं लगन झालं? ह्या कोनं तोफचंद व्हये लगनात याऽचा राह्यला? लमचा! काई तर्कच न्हाई लागून राह्यला?

बोलाचाली बंद झाली वाट्टे. भांड्याचा अवाज येते; साइत्री असंन घरात. आनं थो कुठं गेला? अवाज न्हाई येत...

"मला वाटलं... तुझं लग्न व्हायचंच असेल -" त्याच अवाज बारीक झाला.

"असं कसं वाटलं?"

"सहजच आपलं?"

"आतापावतर राह्यते का लेकीबाळीचं लगन?"

"तसं नाही.-"

“तुनं नाई केलं?”

“ऊंऽहू...”

“उरकून घ्याऽले पाह्यजेन् व्हतं.”

“ऊंऽऽ... पाहू पुढे.”

बोलनं पुन्ना बंद झालं. चर्रचर्र आवाज आला... त्याले यकटं बाहीर बसवून हे काय सातळून राह्यली घरात?...

कसी कोन जाणे, आतापावतर अरामात लोळनाऱ्या पिलारामले यकायकी खेस आली. त्यानं पांघरूनात तोंड दाबून धरलं. जराभर दम कोंडून धरला... पर खेस जोरावर व्हती. नस वढल्यावानी पुरती नाकात भिनली व्हती.

अखेर न्हाई न्हाई करता त्याले जोराची ठुसकी आलीच. छिंदलती. त्यानं उयशीवर तोंड दाबून धरलं पक्कं... अवघ्या पांघरूनभर ठुसकीचा आवाज घुमला.

“तुह्या घरचे लोक नाही दिसत कुठे?”

“हाये नं... तिकडं खोलीत हाये झोपले.”

“का? तब्येत वगैरे नाही काय बरोबर?”

“आँ? नाई.”

...मले कोन्ती धाड भरली हाये? चांगला ठनठन हाये मी? सूवास आला. पोहे सातळले वाट्टे इनं. पोहे-गिहे कराची काय गरज व्हती आता इले? उगंच आपलं-आलं कोनीबी, का करा पोहे. नांदूनच तसी राह्यली-धनवंतरी? चांगलं सुकानं झोपलं व्हतं मानूस. न्हाई बरं दिसलं याहीले!

...पिलारामची झोप आता पुरती चळली व्हती. आयकूबी न्होतं येत आता काई.

घडीभऱ्यानं बशा वाजल्या. आली सळसळ जवळ... पिलाराम जोरानं घोराले लागला. बांगड्याभरला हात दही घुसळल्यावानी त्याले हालवाले लागला. “अऽय... उठानं वोऽ... अंखीन कितीक झोपता असे? चाला, तोंड ध्वा. पोहे खावून घ्या गरम गरम.”

त्यानं तिचं बोलणं बहऱ्यावर घेतलं... माह्यासाठीच केले जसे काई! त्यानं पुन्ना उस्कटलेल्या पांघरूनाचे काठवे आंगाखाली दाबून धरले.

“अंखीन कड बदलून राह्यले? कोनी आलं-गेलं तुमच्या काईच कुस्मी नाई! थो यकटाच खाईन का आता पोहे? उठा बरं पटकन.”

...तू खाऊ लागनं तं मंग. मलेच श्याऽन पन सिक्कोते, बेटी!... थो उघड फुस्कारला, “स्सऽ आंऽऽ ऊंऽ हूंऽऽऽ!”

“उठा मंतो तं आयकूबी जात नाई...” साइत्री कातावून दबकत बोलली. तिनं एकवार पुन्ना जोरानं हालवलं, तसा थो बिफरला, “झोपू दे मंतो तंऽ!”

“च्च!” कोचंबल्या सूराची निराशा झाली... सळसळ दूर गेली.

गिलास वाजला. पाण्यात बुडबुडला.

"घे." बांगड्या बोलल्या.

"हे नाही उठले का?"

"अंऽ रातचे शिनिमा पाहाले गेल्ते."

"टॉकीज आहे इथे?"

"नाई, थो हिडिओ लावलानं कलारानं."

"तू नाही जात का पिक्चर पाह्यला?"

"हीट्! बाया थोडीच जाते काई पाहाले?"

...मुरका मारला असंन आता इनं! याले उचाक्यालेबी मोठी उरक दिस्ते बा निसू निसू पुसाची. लयच अगावू दिस्ते बेटं, भेदरू!...

"निंबू दिवू का?"

"अंऽ असे दे."

साडीची लगबग झाली... गेली असंन आंगोनीनं घरात. आपल्याले मात्र यकडाव खाऽले देल्ल्यावर पानीबी द्याऽचा देवतरास करते! फाल्तूच पोहे चुकले बेटे अज आपले. मारो गोली पोहेकू! काय चव थ्या पोह्यात? हेच बरं, आपलं झोपल्या झोपल्या पुरान आइकनं... उजव्या कुशीवरून थो डाव्या कुशीवर आला. यका हातानं पांघरून उकड केलं.

पेवावरचा दगड उचलावा तशा त्यानं पातन्याच्या चिरोट्या उघडल्या. झावर झावर पाह्यलं. बाहीर चटंचटं ऊन पडलं व्हतं. खोलीच्या खिडकीपावतर आलं व्हतं.

"नवरा मात्र बरा पटकावला तू गावाजवळच."

"ऊंऽ... जिथं दानापानी असलं थो भेट्टे."

"हो, तेही खरंच." गिलास आनं गडवा खळखळला.

"तिथं खोली केली का मंग नाप्पुरले?"

"नाही. सध्या अर्धा पगार देवून काकांजवळ राहतो."

"बाप्पा! तुह्यापासूनबी पयसे घेते का थे जेवा-खावाचे?"

"मग काय? इथल्या खेड्यासारखे थोडेच आहे? जेवायचे पैसेच काय; जेवलेले आपले उष्टे ताटसुद्धा धुवावे लागते. रात्री सर्वांची अंथरूणं घालून द्यावी लागतात."

"आम्माय! हे कोन लोक मनाव? तरीबी तू राह्यतं तिथं?"

"मग? हाती विळा घेवून दिवसभर रोजमजुरीने जाण्यापेक्षा वाईट आहे का ते?"

"तू यवढुकसा दिसे... मी तुले शाळंत जाऽसाठी बलावले येवो तव्हा!"

"आणि तू? तू खूप मोठी होती का त्या वेळी?"

त्याच्या बोलण्यावर मनाव का काय, साइत्री मोठ्यानं हसली. त्याचाबी अवाज आला... हासा, हासा लेकहो! हासान न्हाई तं काय तुमी? हासाले लाजसरम थोडीच लागते!

घरात बशा वाजल्या. किटली बदबदली... बाहीर चाहाळ आला, "धर."

"तिसऱ्या वर्गात होतो आपण, तेव्हा खूप मजा येत होती, नाही?"

"हो नाई तं का! मोठ्ठा मारका व्हता थो ढेंगरे मास्तर. थो शेडी घेऊन आला म्हंजे तू तं अस्सा भेत व्हता, का नाव सोड!" साइत्री खुळखुळ्यावानी हासली.

"तू नाही का भीत होती का आपण वावरात कामाला जात होतो तेव्हा? पऱ्हाटीवरच्या साध्या अळीलासुद्धा भेदाळून उठत होतीस!"

"तूच तं व्हये खवनी! जानून-परजून माह्या आंगावर अळी फेकनारा!"

गर्मी होवू लागली म्हून पिलारामनं बाहीर पाह्यलं. खिडकीतलं ऊन आता त्याच्या पांघरूनावर पसरलं व्हतं. हांडीवर झाकन ठेवल्यावानी खदखदत होतं. भरीस भर म्हून का काय डाव्या पायाले खाजबी सुटली. त्यानं पाय हालोला तशा बाजंच्या दोऱ्या करकरल्या. थो दचकला. हालनारा पाय थांबवून त्याले हातानं परसाले लागला. पर खाज काई गेली न्हाई... थो बैचैन झाला.

"आता पाऽर बदलून गेलं आपलं गाव. स्वतःवरच विश्वास बसत नाही; आपल्या लहानपणी ते खेडे होते म्हणून. कल्हई केलेल्या जुन्या पितळी भांड्यासारखे नवखे झाले ते."

"इथं कोन्या निमित्तानं येनं घडलं?"

"तुमच्या इथल्या या सुळकेमास्तरवर घराचा किराया बाकी होता. गाव सोडून इथं आला तरी किराया दिलाच नाही, बेट्यानं! वसुलीसाठी आलो होतो."

"म्हंजे ह्या आमच्या इथला मास्तर, तिथं तुमच्या घरी राहात व्हता का पह्यले आपल्या गावात?"

"हो. पुष्कळ दोन-तीन वर्ष राहिला आपल्या घरी. मी नागपूरला म्हणून फावलं त्याचं."

...अस्सं! म्हंजे इच्या बापाच्या घराजौळच्या थ्या पोतदाराचं माकड व्हये वाट्टे हे! लमचं ध्यानातच येत न्होतं लवकर... नेयमी नेयमी आंगाले डसणारी माशी यकदम हातात सापडल्यावानी पिलारामले वाटलं... आपल्या लग्नापासून थे घर किरायानंच व्हतं.

यकायकी खोलीत धप्पकन् अवाज झाला. थो केवढ्यानंतरी दचकला. पांघरून थोडसं उकड करून त्यानं एका डोळ्यानं पाहून घेतलं... कुठून तरी आलेला पांढरा बोका शिक्क्यावर कुदला व्हता. सतलीत बंदोबस्तानं ठेवलेलं दूद डोळे झाकून पेत व्हता.

पिलारामनं पांघरून बाजूले सारलं, चोरून दूद पेनाऱ्या बोक्याले हाकलासाठी त्यानं हात वरतं केला. तोंडातून अवाज काहाडाव; यवढ्यात त्याच्या मनात काय आलं कोनाले ठाऊक; त्यानं आपला वरतं केलेला हात तसाच खाली घेतला. तोंडावर पांघरून घेतलं... त्याचं काळीज हुळहुळं झालं.

"असं बी कराव का लेक त्यानं? घरात आला अन् घरधनी झाला! देल्ला मंग किराया?"

"हो काल रात्रीच काढले त्याच्याकडून पैसे... खरं म्हणजे, शहराची सवय झाल्यापासून आता तासभर नाही करमत या खेड्यात."

...कसं गमन याले? तिकडे समुसे-आलूबोंडे खाऽची चटक लागली असंन नाप्पुरात! मोटारगाडीतून गावभर हिंडालेबी भेटत असंन. इथं बरंच हाये. खाऽले कन्याभाकरी आनं हाताची उयशी साजरी! आता ह्या बह्यताडीच्या डोक्शात भरोजो मना थे शेयरातलं... त्याचा चेहरा खावर-डिवर झाला.

"अजूनही वावरात जावे लागते काय?"

"हो, थे कुठं चुकलं हाये आपल्या कर्माले! तुमच्या शेयरात बरं असंन."

"खूपच. इथल्यापेक्षा लाखपटीने बरं आहे. ठरल्या वेळात फॅक्ट्रीत काम करा. बाकी मौजमजा. इथे काय चोवीसही तास घाण्याच्या बैलासारखे कष्ट करावे लागते. तुम्ही लोक सहनच कसं करता हे सगळं, कळत नाही!"

"सईन न करून सांगतं कोनाले, दादा? गायक्यानं गाय टाकली म्हून धन्याले थोडीच टाकता येते काई!"

पिलारामचा उजवा कड दुखून आला व्हता. थो कुशीवर उलथला. पर लय वाडखोचा झोपून असल्यानं थोबी कड दुखाले सुरुवात झाली. अवघं आंगच मोंळाडून आलं व्हतं. तोंड आंबलं व्हतं. डर आला का त्याची त्यालेच आंबट दुर्गंधी येत व्हती. ऊन कडक झालं लमचं... पांघरूनाआडूनबी झोंबून राह्यलं. आंग घामाझोकळ झालं. मुकी हालचाल कसी कराव याचाच त्याले इचार पडला.

शरीर आणं मनानं तो बांजले जायबंदी होऊन गेला नुसता. आता उठून बसाव असं त्याले वाटलं. पर तसंबी करता येत न्होतं. त्यानं पुन्ना डोळे लावून घेण्याचा उपाव करून पाह्यला. पर चिरमटले पंख पसरून घ्यासाठी पातन्याचे पाखरं तयारच न्होते होत... डोळ्याचे खापरं सताड उघडे ठेवून थो पांघरूनात टकंटकं नुसता पाहात राह्यला.

"आधी खूप मजा यायची, नाही? एकदा तिमाण्याच्या वावरामधून कामाहून येताना नदीच्या पुराला अडकलो होतो आपण. आठवते का तुला?"

"आठोऽत नाई तं का?... घरचे वाट पाह्यतीन म्हून डोळ्याच्या धारा न्होत्या खंडत माह्या. तुले मात्र खुदूखुदू हासा येत व्हता!"

"आणि मग पाण्यात पाय टाकताना कशी फजिती उडाली होती तुझी!"

"हो नाई तं का?...तुनं हात धरून आनलं म्हून नदी पार झाली थ्यावक्ती."

त्याचा जीव पांघरूनात कोंडळल्यावानी झाला. वाटलं, हे आंगावरचं पांघरून झटक्यात फेकून द्यावं. निदान जोरानं वरडाव. न्हाई तं कान किटून जाईपातर घोराव तरी... पण त्याले आता काहीच करता येत न्होतं. त्यानं पुन्ना पायावर पाय घासले. पांघरूनातच हाताचे बोटं कटंकटं मोडून काहाडले. यकडाव आळस देल्ला. कर्रकर्र डोक्सं खाजवलं.

गर्मीनं थो बेचैन झाला व्हता. पांघरूनाआड जीव गुदमरून गेल्ता. असं म्हशीवानी बसल्याजागी पडून राह्यनं त्याच्या जीवावर आलं. पुन्ना शिक्क्याखाली धपकन् अवाज झाला. त्यानं तोंड उघडं केलं. दूद पिवून बोका भिर्र पळाला व्हता. रिकामं शिक्कं नुसतंच झोके घेत व्हतं.

"बरं सावित्री, गाडीची वेळ झाली. निघालं पाहिजे आता."

"थांबनं, जाजो जेवन-खावन करून."

"नाही. निदान या वेळी तरी जमणार नाही. पुन्हा येईन वाटल्यास-."

"गावाले जासीन का कई आता?"

"गावात काय आहे? सरळ नागपूरलाच जाणार आहे आता. का? काही निरोप द्यायचा होता का?"

"आता कायचा निरंप देवू? सबाकती पुसलं असंच."

"आठवण येत असेल नं- आपल्या गावाची?"

"येते नं... पह्यले पह्यले तं घाडी ये."

पिलरामनं पाय तन्नावले. पांघरूनाले पडलेल्या वळ्या सरळ झाल्या. आसपासची हवा जरा मोकळी झाली.

खुड्चीचं टप्पर पुन्ना करकरलं. रात्रभर कापरं भरल्यावानी होऊन थिरावलं.

"मंग नाईच थांबत का?"

"नाही. तुझ्या जाळ्यात अडकल्यानं माझी ड्युटी पडेल तिकडं. वाटल्यास तू येऊन जा एकदा कधी तरी."

बुटाचा अवाज झाला. दूर इरत गेला... कानोसा घेणाऱ्या पिलारामनं मोकळा मोकळा स्वास घेतला.

छायवानीतून यक खोल सुस्कारा कानावर आला. त्याची पांघरूनातली तडफड पुन्ना वाढत गेली. त्यानं धुन्याच्या पिळ्यावानी आंग पिरडलं. हातपाय सैल सोडले. पांघरूनाले पुन्ना वळ्या पडल्या. पांघरलेल्या वाकळीचा येकूनयेक टाका त्याच्या डोळ्याले खुपत व्हता... त्याचा आपल्यावरच ताबा राह्यला नव्हता.

बांगड्या पुन्ना वाजल्या. जवळ किनकिनल्या. "धा वाजले तरी गेलीच नाई का

वो तुमची जप? हे एवढं ऊनबी आंगावर आलं तरी, अजच कसं लोळूशा वाट्टे कोंजीनं माय तुमाले!''

कूर न्हाई न् कार न्हाई! त्यानं हातपाय व्हते तसे जागीच राहू दिले. उलट मोठ्यानं दम घ्याऽले लागला. साइत्री पांघरून धरून हालवत बोलली.

''आवं मायऽ मायऽऽ मायऽऽ! हे वाकळ कसी तराडून टाकली वो तुमी? काटेच लागले जसे आंगाले!''

त्याच्या तोंडातून चकार न्हाई. साइत्रीनं तोल तोल केलं आणं त्याच्या आंगावरचं पांघरून खस्सकन खाली वढलं, ''काय मन्ते मी तव्हाची, आयकू नाई येत का? काय वाटलं असंन थ्या भासकरले - तुमाले असं दीड-दुपारी झोपलं पाहून?''

पोयपाटावर बेलनं फिरवावं तशी साइत्री त्याले दोन्ही हातानं हालवू लागली. त्याचं गुदमरलेलं मन जागं झालं... आणं सारी ताखत लावून त्यानं तिच्या हाताले जोरानं हिसका मारला. खस्सकन खाटीवर चेंडवानानी उसळून बसला पायाजवळ लोळणारं पांघरून तनक्यानं आंगाभोवती गुंडाळून घेतलं. कडावर होवून भित्तीकडं तोंड वळोलं. नाकपुड्यातून जोरजोरानं हवा भराले लागला.

...हबकलेली साइत्री झटका बसलेला हात चोळत त्याच्या पांघरूनाकडं पाहातच राह्यली!

रिकामं शिक्कं आताबी त्याच्या डोळ्यापुढं तसंच झोके घेत व्हतं...

'आकंठ' ग्रामीण साहित्य विशेषांक - ९१

●

दौड

माघ महिण्याचा हा दिवस तिळातिळानं वाढत होता. सांजची वखत झाली तरी सूर्य अद्याप बराच वेळ टांगून होता. उधारीच्या वसुलीसाठी दरोज्यात उभा असणाऱ्या दुकानदारासारखा. बायामाणसं दिवसभऱ्याच्या कष्टानं आंबून गेलेली. टांगलेला सूर्य केव्हा गळंन जातो ह्याची आतुरतेनं वाट पाहत होती. मेलेल्या सरपासारखे गळून पडलेले हात पुढच्या कामाच्या पसाऱ्यात अजूनही इच्छेविरुद्ध वळवळत होते. मनातली ओढ पळापळाला आसावत चाललेली. चित्त केव्हाच शिवाराच्या शिवेबाहेर पळालं होतं.

आंब्याखाली उभ्या केलेल्या बंडीत दवलतनं व त्याच्या गड्यानं कडब्याच्या पाच-पंचवीस पेंड्या टाकल्या. बैलांना हळावर नेऊन पाणी दाखवलं. आतापावतर लोळत असलेलं सूर्याचं तिरीप आता दूर नजरंपल्याड जाऊन गुंडाळलं होतं.

गड्यानं बंडी बैलांच्या खांदी लावली. दोर दवलतच्या हाती दिले. दवलतनं बंडी कुपाबाहेर काढून रस्त्यावर थांबवली. लघ्यातच कुपाची कवाडी लावून गडी बंडीत त्याच्याजवळ येऊन बसला. दवलतनं हातातले दोर आसडले तशी बैलांनी रस्त्यावर गती घेतली. बंडीच्या खडबडीत चालीनं दिवसभर चिरमटलेल्या आंगाला झोके बसू लागले. बैलांच्या गळ्यातल्या टिणमण्या पायांच्या तालावर ढणढणू लागल्या.

दवलतनंही काही तरी आठवल्यासारखं होऊन विचारलं, ''नाम्या, आपला गहू वलाले कितीक दिवस झाले रे?''

''झाले असतीन पंधराक् रोज...''

''उद्या पान्याचा फेर देवू मन्तो-''

''दिवून टाक.''

''मंग इकडून गेल्यावर घरामांगं सांगून देजो त्याले - मी उद्या गव्हावर पानी लावतो म्हून.''

''आणं त्याचं वलीत व्हाऽचं असंन तं-?''

''त्याचं मह्यनाभर न्हाई व्हनार...! म्हून आपला सोन्यासारका गहू वाळू द्याचा हाये का? बंद ठेवन थो आपला पंप दोन रोज.''

माणसासारखीच बैलांनाही घराची ओढ लागली होती. न बोलता, दटावताही ते समजूतदारासारखे पटंपटं पाय उचलत होते. चाल उरकोती घेत होते. सांजावलं होतं. तरी अद्याप उजेड चकचकत होता. उजवीकडल्या टेकडीवरून गावरूखानं उतरणाऱ्या रोजगार हमीच्या बायांची रांग, टेकडीभोवती रंगीबेरंगी चिंदकाचा दोर गुंडाळल्यावानी दिसत होती. कोणाच्या माथ्यावर इंधनाची मोळी. कोणाजवळ काड्या-तुऱ्हाट्याचं वझं. लहान पोरानं रेवड्यासाठी दुकानापर्यंत मागंमागं यावं

तसं, पाळलेलं शेरडू एखादीच्या मागं धावत होतं. डुबतीकडच्या बरडावरून जाणाऱ्या गावगोहोणातल्या गाईचे घाटरं बुडत्या दिवसाला निरोप देत होते.

दवलतच्या मनात कपबशीतला गुळवणी चहा वाफाळत होता. उद्याची वावरातली कामं फेसाळून उठत होती. बंडीच्या गतीबरोबर मनातही आखणी-जुळवणीची लय भिनली होती.

पुढं चालणारा लक्ष्मन मागून बंडी आलेली पाहून रस्त्याच्या बाजूला झाला. त्याच्या डोक्यावरच्या इंधनाच्या वझ्याकडं पाहात दवलत बंडी थांबवून बोलला, "कायले उगच मानीले तरास देतं गा बुढा? ये, बस बंडीत."

लक्ष्मन बुढा डोक्यावरचं वझं बंडीत टाकत बोलला, "अज तुही बंडी हाये म्हून ब्सेस हाये गड्या. न्हाई तं मंग आपलं हरदमचंच हाये हे. रोज मरे त्याले कोन रडे?"

"तुह्यबी खरंच. पर आता ह्या मतारपनात पह्यल्यासारकं थोडंच होनार हाये?"

"आगाऽ व्हत न्हाई म्हून कामं काही चुकते का?... बरं, रोज रोज कोनापुढं तोंड वासाव- बंडीत बसू दे म्हून? घोडं मेलं भारानं आनं शिंगरू मेलं येरझारीनं!"

बंडी कामठातल्या पांधणीत शिरली. पांधणीच्या पुढच्या टोकाला बापूरावची बंडी पुढं चालली होती... दवलतनं एकवार पुढल्या मोडीवर वळत असलेल्या त्याच्या बंडीकडं पाहून घेतलं. त्यानं बैलाच्या पुष्ट्यांना हात घातला. आतापावतर तकानं चालणारे बैल एकदम चौखूर उधळले. बंडीचे चाकं पांधणीतल्या दगड-खाचांतून धडंधडं धावू लागले. बंडीत बसलेल्या तिघांचंही शरीर खाली-वर होऊ लागलं. दगडावरून जाताना बंडी वर उसळ्या मारू लागली. मागं फसाटात बसलेल्या लक्ष्मन बुढ्याचं बूड एकसारखं खाली-वर आदळू लागलं. खाल्लेलं पोटातलं अन्नपाणी वर तोंडात येते का काय, असं वाटत होतं! एक जोराचा हिसका बसल्यावर बुढा भेदरल्यावानी बोलला -

"जरा तकातकानं चालू देनं बेटा, बंडी! रस्ता मोठा खराब हाये पांधनीतून."

त्याचं ऐकल्या न ऐकल्यासारखं करून दवलतनं विचारलं, "काल सक्कायीसच कायची कटकट सुरू होती गा बुढा, तुह्या घरी?"

"अंऽ मोठ्या आनं लाह्यन्या पोराची व्हये जुतली होती घराच्या जाग्यावरून."

"काय करतं बुढा! आता घरोघरीच मातीच्या चुली हायेत."

"आता तूच सांग पोरा, थ्या लाह्यन्यानं ठेवलं त्याचं इंधन मोठ्याच्या जाग्यात, तं काय बिघडलं? भाऊच व्हयेनं. थो त्याचा? मी जरा बोललो मंघ्यात, तं मने का तू लाह्यन्या पोराले वलोसा देतं म्हूनसन्या."

एवढ्यात रस्त्यानं पुढं चालणारी बाई मागून भरधाव येणाऱ्या बंडीच्या खडखडाटानं दचकून बाजूला झाली. बंडीकडं पाहात बोलली-

“कावून गा, पटावर चालला यवढा? कोन्या बाई-सवसाराच्या आंगावर नेऊन हाडंकुंडं मोडसीन का तिचे?”

“बाजूले न्हाई व्हाव कावं?” नाम्यानं मालधन्याची बाजू घेतली.

“बाजूले व्हाऽले येळ तं लागते कनाई काई? इसरभऱ्या बयलं आंगावर येऊन पडलं म्हंजे? तुह्या बयलाइच्या पायाले तं माती नाई डिकत भुईची!”

आतापावतर त्यांचं बोलणं मुकाट्यानं ऐकणारा लक्ष्मनसुद्धा बोलला, “पाह्य! अशानं तू कलागत आनसीन कोनाची फुकट!”

“असी कस्सी कलागत यीऽन, गा?... डायव्हर टरेन असला म्हंजे झालं!”

दवलतच्या बंडीनं आता लांबलचक अंधारी पांधण वलांडली होती. बंडी माथ्यावर आल्यावर त्यानं पुढं पाहिलं. जराशा अंतरामनी बापूरावची बंडी पुढं चालली होती. दवलतनं पुन्हा बैलाला धमकावलं. बंडी मघासारखीच धावू लागली. बैल उसळ्या घेत पळू लागले. पळता पळता गचकल्यासारखे तोल्हांडू लागले; त्यामुळं बंडीला हिसका बसू लागला. हिसका बसला का लक्ष्मन बुढ्याच्या काळजाचं पाणी पाणी होत होतं; पण हे उफाड्याचं पोर आपलं काही ऐकत नाही, असं वाटून तो मूग गिळून बसला होता.

दवलतची बंडी अशीच खडखडत बापूरावच्या बंडीच्या टापूत आली. तसा दवलत मागं वळून बोलला, “आता आमचंच पाह्यनं, बुढा... मांगरोजा घरामांगच्या भित्ती सारवाले गेलो तं ह्या घरामांगच्या श्यान्यानं मले अडोलं व्हतं. माह्या दाङ्यातून तुले जानं-येनं करू देत मने! आता तूच सांग... ह्या पोटातला काळेपनाच व्हये कनाई!”

“काळेपना न्हाई तं काय? न्हाई राहात कोनाच्या पोटात सुक दुसऱ्याइषयी!”

दवलतची बंडी बापूरावच्या बंडीमागं येऊन टेकली, तसं बुढ्यानं तोंडाशी आलेलं बोलणं गिळून टाकलं. दवलतनंही आपली उकळी आतल्या आत दाबून धरली आणि तो जोरानं खेकसला,“झिय्येऽऽतं... बयलंऽ त बेटे पायच मोजून राह्यलेत जसे माजल्यावानी!”

त्याचे बैल उधळले; पण पुढं बापूरावची बंडी असल्यामुळं त्यांना पळता आलं नाही. त्यांनी आपली दौड आंग चोरल्यासारखी चोरून घेतली. दवलतनं पुढं पाहिलं... रस्ता निरुंद असल्यामुळं बंडी पुढंही काढता येत नव्हती.

मागून आगगाडीच्या इंजनासारख्या धडधडत आलेल्या दवलतच्या बंडीकडं बापूरावनं पाहिल्या न पाहिल्यासारखं केलं आणि त्यानंही हातातली तुतारी आपल्या बैलांवर सडकली. आतापर्यंत संथपणे चालणारे त्याचे बैल फेंगडे पाय टाकत पळू लागले. दवलतचे बैलही न हाकलता आपोआपच पुढच्या बंडीमागं धावू लागले. गागऱ्याचा गुलाल उडवत दोन्ही बंड्या एकामागं एक पळू लागल्या.

रस्त्यानं त्यांचा पटच लागला जसा. गावाकडं जाणारे मजूर बाजूला होऊन त्यांच्याकडं नवलानं पाहू लागले. कोणी टचरी बाई आई-बहिणीवरून तोंड वाजवू लागली.

दवलतची बंडी मागं असल्यामुळं, बापूरावच्या बंडीच्या चाकानं अन् बैलांच्या पायानं उडणारी धूळ मागं येऊ लागली. दवलतसहीत अवघ्यांच्या आंगावर गुलालासारखी उडू लागली. नाका-तोंडात जाणारा गागरा त्यांना आदमुसा करू लागला. वणव्याचं धुपट वर जावं तसे गागऱ्याचे लोट अगासात तरंगू लागले.

बापूरावनं खाऊन शेण केलेलं आपल्या वाट्याला यावं हे दवलतच्या मनात सारखं सलू लागलं. त्यानं नाक उडवलं अन् दात-ओठ खात तो बोलला -

"याचा काळेपना मले समजत न्हाई का?... त्याले वाटत असंन, का ह्या बोळ्यानंच दूद पेते म्हून. पर मीबी वाघाचा बच्चा हाओ!"

"पर आफनबी नाहाकची कुरापत न्हाई काहाडाव, बेटा..."

"अरेब्बा! कुरापत कोन काहाडते गा, बुढा? थो का मी? दोघं मिळूनसन्या हिरीच्या पाण्याच्या पाळ्या बांधून घेतल्या मांगंरोजाच. पर ह्या वस्ताद आपल्या फेरावर तं वलतेच वलते; पर माह्याबी फेरावर मोटार सुरू करून देते आपली! मंग तूच सांग, ह्या डोमकावळ्याचं अंखीन कितीक् सईन करंन मानूस?"

"दिवस वाटून घेतले असंनंनं पान्याचे?"

"आगाऽ वाटून न्हाई घेतले तं काय? पर त्याच्यासाठी नेत जाग्यावर पाह्यजेन नं? सारं घरी अन् वासना बुहारी!"

दोन्ही बंड्या उसळत चालल्या. बापूरावचे मोठे बैल लपकत लपकत धावत होते. दवलतचे गोऱ्हे दुडदुडत होते. बैलांचे घाटरं बंडीच्या तालावर ढणढणू लागले. अधूनमधून बैलांना दिल्या जाणाऱ्या धमकावण्या त्यात विरघळून जात होत्या.

पुढं रस्ता चवडा आला. आजूबाजूला बरीच सपाट जागा होती. दवलतनं आपली बंडी बापूरावच्या बंडीच्या मागं आणून टेकवली. सपाट जागा जवळ आल्यावर त्यानं एका बैलाला अडसलं. बंडी बाजूला घेतली... अन् दोन्ही बैलांच्या शेपटाला हात लावला. बापूरावला हे कसं कळलं कोण जाणे, त्यानंही हातातली तुतारी बैलाच्या फेंडीला ढोसली, बैल उधळून दिले... झिय्येऽऽ त्तिया पित्तर तंऽरें...!"

दोन्ही बंड्या दोन बाजूनं आता समांतर धावू लागल्या. शंकरपटासारखी दोघांचीही चुरसीची दौड लागली. आवाजाचं चित्कारणं वाढलं. चाकाचे आरे घेरात मिसळून गेले. येट ढणढणू लागले. बैलांच्या नाका-तोंडातून फेस गळू लागला. घडीभर काहीच सुचेनासं झालं. बैल आणं रस्ता. दोहोवरच नजर खिळून राहिली... काळजाची धाव मात्र बंडीच्याही पुढं पळू लागली.

अन् धावता-धावताच जिथं सपाट जागा सरत आली तिथं अचानक बैलांनी लांब उसळी घेतली... बापूरावची बंडी कासराभर पुढं गेली!

दवलत नाक कटल्यासारखा हबकून गेला! त्याच्या मनसुब्यावरच पाणी फेरल्यावानी झालं. अगासात फिरणाऱ्या भिंगोटीचे एकाएकी पंख गळून पडावेत तसं त्याला वाटू लागलं. त्या अपमानाच्या भरात तो बैलाला दपटण्याचं भुलून गेला. मागं वळून बुढ्याशी बोलणंही त्याला लाजिरवाणं वाटू लागलं.

एकाएकी दवलतच्या मनात काय आलं कोणास ठाऊक, त्यानं मागं ठेवलेल्या लक्ष्मनच्या इंधनातून एक लंबी-चवडी काडी ओढून हातात घेतली. आपल्याशीच बोलावं तसा पुटपुटला... "मी बी पाह्यतो - थो कसा पुढं जाते तं...!"

हातातल्या काडीचा एक जोराचा रट्टा त्यानं बैलाच्या पाठकाडात हाणला. हातातल्या कासऱ्याला झटका दिला. फेसाळलेले बैल पुन्हा उसळले. घोडटापा टाकत धावू लागले.

बंडी पुन्हा बापूरावच्या बंडीला येऊन टेकली. नादुरुस्त मोटारीनं पुढे बांधलेल्या मोटारीमागं धावावं तशी त्याची बंडी पुढलीच्या मागं धावू लागली. दवलतच्या मनातली जिद्द आता चांगलीच जिव्हाळली होती... बंडी व बैलासारखंच मनही उधाणात होतं. पुढं पुढं पळत होतं.

एकसारखं खाली-वर आदळणाऱ्या लक्ष्मन बुढ्याला मात्र उगंच वाटू लागलं... कोन्या मोर्ह्यातरी शेन खाल्लं आणं ह्या पोराच्या बंडीत बसलो गुबडं ठेसून घ्याआले! अशा बेमूर्वताजवळ बंडी देणं म्हंजे इचवाच्या हाती कोलीत देण्यासारखंच हाये!

पटावर निघालेल्या बंड्या शिंदबनात आल्या. तिथून दोन रस्ते जवळजवळ समांतर गेले होते. एक नेहमीचा. दुसरा बरसादीतल्या चिखलामुळं जरा माथ्याकडून काढलेला. दवलतची घावेल नजर त्या दुसऱ्या रस्त्यावर खिळली. मूळ रस्त्याला फुटलेला फाटा जवळ येताच त्यानं घाईनं बैल माथ्यावरच्या रस्त्याकडं वळवले. हातातला सोटा बेमुलाजानं त्यांच्या पाठकडात आसडला. एक जोराची रोहकणी दिली. "अेऽ... य्येऽ! बईलऽतंऽ... काहून आली का आता तुही पाठपुंजा द्याऽले...?"

उरला-सुरला दम घेऊन बैल चहूपांड्या धावत सुटले. जीवाच्या आकांतांन पळू लागले. धानाच्या पेंड्या ठोकाव्या तसा तो बैलांना झोडपून काढू लागला. रस्ता बेगुमान मागं पळू लागला. वर उडणारा गागरा पाठलागावर येणारा. अवघी बंडी बरसादीतल्या मेंडकावानी टुणटुण उड्या घेत धावू लागली. चाकाचं आसकूड भातक्यासाठी कुरकुरणाऱ्या लेकरासारखं वंगणाअभावी कुरकुरू लागलं.

आपली बंडी पुढं जाताना दिसताच दवलतला आणखीनच उधाण आलं. त्यानं पुष्टे मुरगाळून रट्टे हाणणं सुरूच ठेवलं. आरडून-ओरडून तोंड चिकट आलं. तरी त्यानं जरा म्हणून दम घेतला नाही. गराडाची गती त्यांच्या अंगात

गरगरत होती. रस्त्याकाठच्या दगडाला बंडीचं आसकूड घासलं म्हणून का काय कर्ररंऽ किच्च आवाज झाला.

लक्षमनसुद्धा घायबरल्यावानी होऊन बोलला, “आरेऽतं जरा धीरे चालरेऽ पोरा! नाहाकचा येखांदा बईल मुरगाळून ठेवसीन, न्हाई तं बंडीचा धुरा-गिरा मोडून टाकसीन.”

पण दलवतंच लक्षच नव्हतं बुढ्याच्या बोलण्याकडं. तो आपल्याच धुंदीत गुंग होता. त्याला आपल्या जिद्दीपुढं कोणतीही पर्वा नव्हती... अवघं तनमन सूडाच्या भावनेनं झाकाळून आलं होतं.

अखेर दवलतची बंडी पुढल्या एकत्र येऊन मिळणाऱ्या जोडरस्त्यावर बापुरावच्या बंडीच्या पुढं आली. दवलतनं कुस्तीचा फड जिंकणाऱ्या पहिलावानाच्या नजरंनं मागं पाहिलं.

“लय मांगं राह्यला थो आता आपल्या!...” नाम्या मागं पाहात बोलला.

“मी जावू देतो का गाऽ बुढा-त्याले आपल्या पुढं? माह्या बुढ्यानं केलं आतापावतर त्याचं सारं सईन. पाठचा भाऊ म्हून त्याले बापू बापू करत तळहातावर झेलला त्यानं. पर आपल्याजौळ न्हाई चालत थे मुर्वत!”

दवलतलाही आता दम भरून आला होता. त्यानं पोट भरून दम घेतला... आतापावतर कोंडून राहिलेली वाफ बाहेर सोडली.

“त्यानं मले त्याच्या दाट्ट्यात अडोलं नं... तं माह्याबी जवळ काई इलाज असंनच कनाई त्याले अटकवाचा? मीबी माह्या पान्याच्या पाळीवर वलू न्हाई देत त्याले. पुन्ना त्याले माह्या वावरातून जाऽच लागते...जा मना आता कसा जातं तं !”

एकसारख्या झालेल्या दौडीनं बैल भेदरून गेले होते. आताही दुडूक दुडूक धावतच होते. त्यांच्या पोटात दम मावत नव्हता. हाफल्यामुळं पोट एकसारखं खाली-वर होत होतं. नाका-तोंडातून फेसाच्या पांढ्या पुंगळ्या गळणाऱ्या. दवलतच्या मस्तकात मात्र जितीची मस्ती होती. पुढं आल्याचं सूडघेऊ समाधानही. आतापर्यंत आगीत होरपळत असलेलं त्याचं आंग एकदम थंड पाण्यात झोकल्यासारखं त्याला वाटत होतं.

बंडीचे चाकं अद्यापही गरगरतच होते... उसळ्या घेताना चाकाच्या आसकुडाची खिळी झटक्यानं कुठंतरी पडून गेल्याचं मात्र बंडीतल्या कोणालाच माहीत नव्हतं!

‘पार्थसारथी’, दिवाळी ९३

●

कुककवाचा डाग

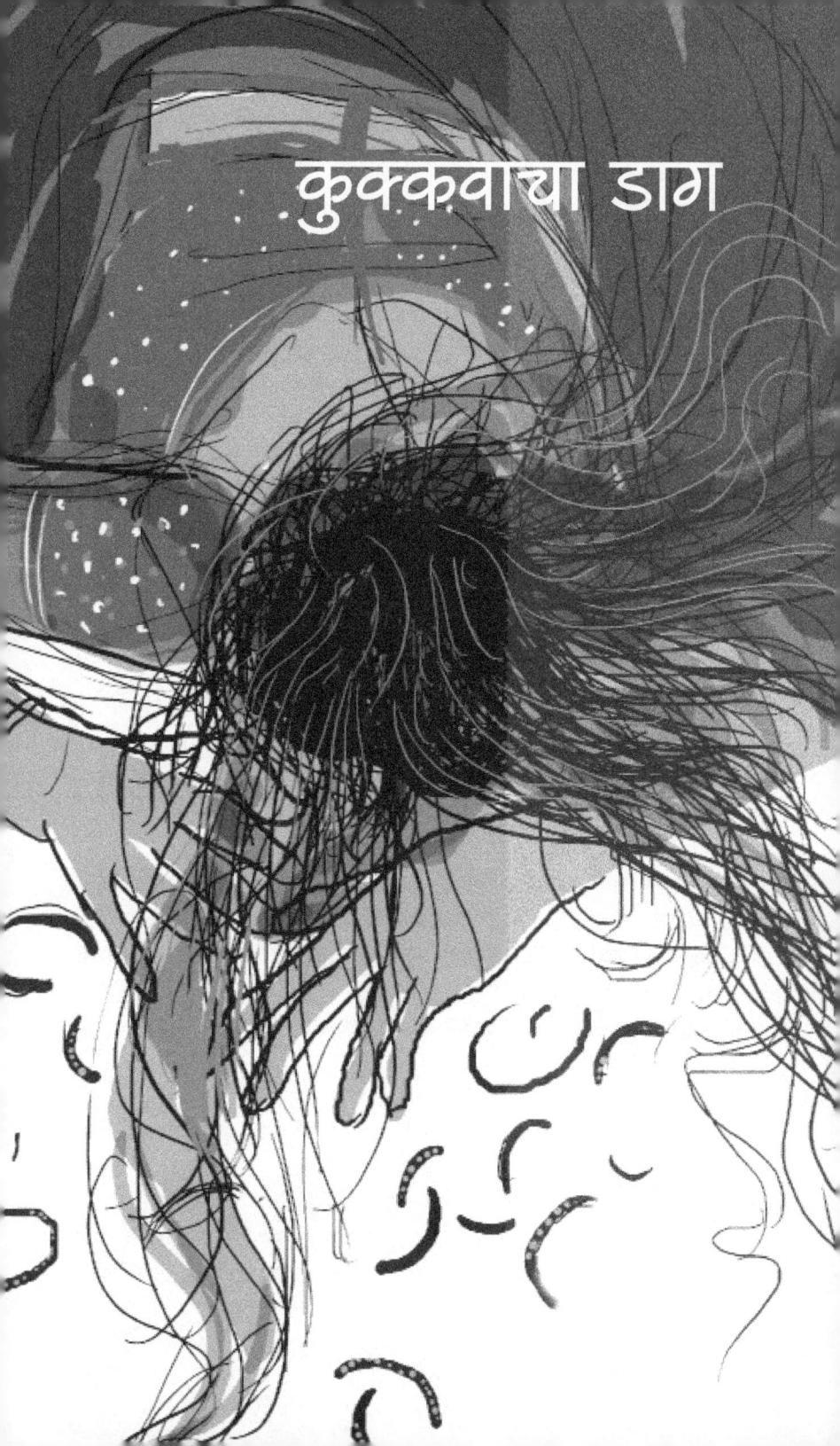

दिवस वर येऊ लागला तशी लक्ष्मनच्या घरापुढची गर्दी वाढत होती. अवघं घर बायामाणसानं भरून गेलं होतं. एकाचं बोलणं दुसऱ्याला ऐकू येत नव्हतं. कडीस बसलेलं कोणी लेकरू भेदाळल्यावानी मायच्या छातीशी बिलगलेलं. आया-बाया पदरानं डोळे पुसत होत्या. आंगणभर गडी माणसं उभे. काही दरोज्याजवळ घोळक्या घोळक्यानं बसलेले. जो तो वाचा गेल्यासारका जाग्याला खिळला होता. सगळीकडं एकच तणाव वाढलेला. रस्त्यानं जाणारा-येणाराही घटकाभर दरोज्यापुढं थबकत होता. आतल्या वातावरणाचा अंदाज घेऊन घरात जात होता... आतून येणारा दरोज्यातल्या माणसाला बोलतं करत होता.

"आगा, पर कालच तं बुढा लोटा घेऊन जातानं बोलला माह्यासंगं!"

अशा संधीचीच वाट पाहात असलेला सयदू आतापावतर वाफंसारखं कोंडून ठेवलेलं आपलं मन मोकळं करत होता,

"कोनीबी रस्त्यानं दिसलं तरी बोले, बिच्चारा!"

"आरे, आला-गेला कोनी भाटभिकारीसुद्धा वापस न्हाई जाये त्याच्या दाठ्यातून!" गंगाराम बुढ्यानं आपलं मत मांडलं.

बिडी पेटवत असलेल्या दुडक्याच्या रामरावनं बुढ्याचं म्हणणं उचलून धरलं, "बावाचं मन्न खोटं न्हाई; बुढा खरंच देवमानूस होता."

एवढ्यातच घरातून पाहून आलेल्या मंगलनं गंगाराम बुढ्याजवळ उभं राहात विचारलं, "बह्यनाच्या गावी निरोप धाडला असंन नं?"

"हो. पोरगा पाठोला मंते आठच्या येस्टीनं."

घरात पायपैस नव्हता. नुसते हुंदक्या-उसणण्याचे आवाज लागोपाठ येत होते. आंगणात बसलेला दामा बुढा, लांबवलेल्या एका पायावर तागाचा पड घालत होता. अधूनमधून सपरीतल्या बायांच्या रडाभुकीचा अंदाज घेत होता. वेळवाच्या कमच्या फडकवण्यासाठी घेतल्या होत्या.

आंगणात आलेल्या सुकदेवनं दामा बुढ्याला पुसलं, "मोठ्या पोराले खबर केली का बेटी, नागपूरले?"

"हो. मानूस पाठोला सक्कायीसच."

वेळवावर इळा चालवणाऱ्या वामनकडं पाहत वडगू सबाकती बोलावं तसा बोलला, "आता यकदम चारचीच गाडी हाये काटोलाहून याऽले, न्हाई?"

"हो नं. यक मंधातला टायम तं बंद झाला खरं."

"हो, म्हंजे असं व्हये का... बह्यना आल्याबिगर मयतीचं काम तं निपटतच न्हाई," वडगू जाग्यावरचा उठत बोलला, "तोपावतर माह्यं वावरातलं खात फेकाचं काम तुटून जाते."

त्याच्यापाठोपाठ शंकरही बसल्या जागी उभा झाला. "माहाबी चक्कर टाकून येनं व्हते रानवाडीतून."

ते दोघंबी उठून गेले तसा वामन हातातल्या इळ्यावरचं लक्ष काढून दामा बुढ्याकडं पाहात बोलला, "पाहून घ्या! गोस्ट काहाडाचीच धीरंग तं दोघाइनंबी कसी कन्नी काटली इथून!"

"आरे, मरना-धरनालेबी मानसानं फुरस्यद न्हाई काहाडाव, तं मंग कव्हा?" दामा बुढ्यानं पुस्टी जोडली, "आफनच न्हाई गेलं तं मंग आपल्यामांगं कोन यीऽन उद्या, आँ?"

इकडं दरोज्याजवळची गर्दीही धिरे धिरे कमी होत चालली होती. घरातलं रडणं-भुंकणं ऐकून लोक बधिरलेले. एकेकजण तिथून काढता पाय घेत होते. काहीजण दरोज्याजवळच्या वट्ट्यावर कंट्रोलच्या रांगीसारखे जवळजवळ बसले होते. रस्त्यानं आला गेला घराकडं नजर लावून विचारत होता -

"काहून गा, काय झालं?"

"काई न्हाई... थो आपला लक्षमन बुढा व्हये."

"आँ! कव्हा, गा?"

"पाह्यटं पाह्यंटस मन्ते, ब्वा..."

"च्च...च! देवालेबी मात्र चांगलेच मानसं आवडीचे राह्यतेत!" विचारणारा एक मोठा सुस्कारा टाकून म्हणत होता, "पर कायनं झालं, गा? काल तं चांगला सुदा व्हता."

हाडफेल झाला मन्ते."

"वाना-वानीच्या बेमाऱ्या निंघाल्यात आता. घडीचा भरोसा न्हाई मनुक्षाचा."

"आगा, थे परसाळ्याची बुढी पाह्य. साहा मह्यने झाले खाटीवर पुरून राह्यली. तिले न्हाई नेत थो देव! आणं ह्या टनक्या मानसाले नातवा-सुनाइतून उठवून नेलं बोहाऱ्यानं!"

धोतराच्या धडुत्यानं झाकलेल्या लक्षमनजवळ सेवंता उयशाशी बसली होती. सकाळपासून रडून रडून तिचे डोळे सुजून गेले होते. चेहरा आकसून खावर-डिवर झालेला. आजूबाजूच्या आयाबाया तिचे आसवं पुसत होत्या... तिला धीर देत होत्या.

"बह्यताड झाली काय वं, सेवंते? असं लडल्यानं गेला जीव वापस यीऽन का आता?"

"उगी राह्य, माय! थे पाह्य, तुह्यं पाहूनसन्या थे उलीउली पोरंबी लडून राह्यल कव्हाचे."

एवढ्यात दरोज्यात उभं असलेलं कोणीतरी बोललं..."बह्यना आली वाट्टे."

सगळ्या मरगळलेल्या वातावरणाला पुन्हा उकळी फुटली. जो-तो बाहेरच्या

रत्याकडं पाहू लागला. दोन्ही हातानं आपलं डोकं ठोकत बह्यना इस्टानापासूनच रडत येत होती... दरोज्यातून धावतच ती सपरीत आली.

"दाऽआऽजी गाऽऽ!" बह्यना मढ्याच्या आंगावर आडवी झाली.

आतापावतर बाहीर उभे असलेले माणसं-पोरंही तिच्यामागं सपरीत आले. जवळ जावून तिच्या तोंडाकडं पाहू लागले. बह्यनानं थडंथडं डोक आफटलं. जोरानं किंचाळू लागली. बाया-माणसांत एकच उलथापालथ झाली. आतापावतर गुमसूम असलेल्या बाया-पोरांच्या डोळ्यांत पाणी तरळलं. अवघी रडाभुकी पाहून रांगड्या-धांगड्या माणसाच्या डोळ्यालाबी पाझर फुटला. ज्यानं त्यानं शेले-दुप्पटे डोळ्याला लावलेत.

बह्यनाच्या आकांताचा भर जरा निवळल्यावर ती मायच्या गळ्यात हात टाकून गयावया गावू लागली. अधूनमधून मढ्याच्या तोंडावरून मायेनं हात फिरवू लागली. कव्हा त्यावर डोकं टेकवून नुसतेच आसवं गाळू लागली.

बह्यनाला पाहताच आंगणात काम करणाऱ्यांच्या हाताची गती वाढली. दामा बुढ्यानं वळलेला पड एका काडीवर जमा करून घेतला. वामननं वेळवाच्या कमच्या सिडीसाठी खाली आथरल्या. पाण्याखाली जाळ लावताना गंगाराम बुढा बोलला, "कोनाच्या मयतीचं कोनाले करा लागनं याचा काई नेम न्हाई, वामन! वयानं पाह्यलं तं लक्ष्मनले माह्या मयतीचं करा लागत व्हतं. पर माह्यावरच त्याचं कराचा परसंग आला!"

"पर बुढा खरंच लाखात यक व्हता!"

"आरे, आता तुले सांगू तं काय... असे निर्लोभी मानसं धुंडूनबी सापडत न्हाई आता." चुलीखालची काडी सरकवताना गंगारामनं सांगितलं, "यकडाव शेंगाच्या चुकाऱ्यात दलालाकडून पाश्शे रूपे जास्त आल्ते; पर बुढ्यानं इथून तालुक्याले जावूनसऱ्या तवरून पलट केले."

दुपार टळून गेल्यावर लक्ष्मनचा मोठा लेक दयाराम बायको-पोरं घेऊन नाप्पुराहून आला. गर्दीतल्या गडी माणसातला जो-तो त्याच्याभोवती घुटमळू लागला.

मढ्याला न्हाणून झाल्यावर सेवंतानं गळ्यातलं डोरलं काढून तटकन् तोडलं. सरीतला एक मणी वरपला... पानाच्या इड्याबरोबर नवऱ्याच्या तोंडात घातला. पिवशीतला बंदा रुपया त्याच्या कपाळावर चिकटवला. डोकं ठेवण्यासाठी ती नवऱ्याच्या पायावर वाकली, तसं तिला भडभडून आलं. तिनं आपलं डोकं त्याच्या पायावर दाबून धरलं आणं ती उभी गदगदू लागली. कोडवं मोडलेल्या वालासारखी जागीच थरथरू लागली.

"थे जरा काकीच्या कुक्कवाचं आटपून टाकानं-" कोणंतरी आठवण दिली.

गया बुढी पुढं झाली. तिनं लक्ष्मनच्या पायावरचं सेवंताचे डोकं जरा उचलून

धरलं, लाकडावानी कडक झालेला, मढ्याच्या पायाचा अंगठा हाती धरून तिनं तो सेवंताच्या कपाळावर घासला... कपाळाच्या पाटीवरचं रुप्याएवढं लाल धुरधुरं कुक्कू आंगोठ्यानं पुसून गेलं. रक्ताळलेली लाल माती सावडून नेल्यावर अपघात घडलेली जागा मोकळी व्हावी; तसं तिचं कपाळ मोकळं झालं. आपलं पांढरं कपाळ नवऱ्याच्या पायावर ठेवून ती त्याचे पावलं आसवानं न्हाणू लागली...

नेहमीसारखी आंगपाय धुऊन सेवंता तुळशीला पाणी घालण्यासाठी आंगणात आली. तिची पुतणसून कमला बाजूच्या आंगणात कपडे वाळत घालत होती. सबाकती कमलाचं लक्ष सेवंतावर गेलं... ती तिच्याकडं पाहातच राहिली.

रिकामा गडवा घेऊन सेवंता तुळशीपुढून वळली, तसा पल्याडून कमलानं अवाज दिला, "आत्याबाईऽ..."

"काय वं?"

"यक गोस्टं बोलू का?"

"बोलनं माय, काय व्हये तं"

"तसं काई न्हाई," कमला कोचंबल्यावानी झाली, "थे तुमच्या कपाळावर कुक्कू दिसलं म्हून व्हये -

"आवो माय! मले कनाई फामच नाई राह्यली बुहारी!" सेवंताचा हात आपोआप कपाळावर गेला. "नेयमीसारकं आपलं लावून घेतलं... बरं, कोनाले दिसली-गिसली असंन कावं मी अंखीन?"

अपराध्यावानी इकडं-तिकडं पाहात सेवंता लगबगीनं घरात वळली.

आरशाच्या टिकुरात तिनं आपला चेहरा पाहिला. खरंच, घाईपांजी ख्यालच न्होता राह्यला अज. तिनं आंगोठ्यावर धरलेल्या शेवाच्या पदरानं कपाळावरचं कुक्कू पुसून काढलं. तरीबी कुक्कवाच्या टिळ्याखालचा लाल डाग तसाच कायम होता. पदराचं बोट तोंडात भिजवून तिनं त्यावर खर्रखर्र घासलं; पण तरीही तो धब्बा तिथून हटला नाही. तिचं लक्ष राहून राहून त्याच्याकडंच जाऊ लागलं. तिनं दाङ्ग्याच्या गजावरच्या मेणपट्टीचं बोट कपाळावर लावलं... डागाचा नाद तेवढ्यापुरता सोडून दिला.

"मामंजीचाच आहे ना हो, हा दुपट्टा!" दयारामच्या बायकोनं, वाळलेले कपडे वळण्यावर ठेवताना नवऱ्याला दाखवत विचारलं.

"हो. का गं?"

म्हणजे... कोषाचा दिसतो म्हणून म्हटलं."

"आजकाल कोषा खूप दुर्मिळ झालाय."

"आता कोणीच वापरत नाही म्हणा. हा तर इथे असाच पडून राहील दोरीवर धूळ खात."

"का?" त्यानं बायकोचं मन चाचपडलं.

"काही नाही, आपल्या पिंकीसाठी ह्याची वाकळ शिवेन म्हटलं एक. नाही तरी चांगली धुतलेली चादर सू करून घाण करून टाकते कार्टी!"

सपरी झाडत असलेल्या सेवंतानं सुनंचं हे बोलणं ऐकलं... तिचं मन कोषाच्या दुपट्ट्यात घुटमळलं. काही बोलावं म्हणून तोंड उघडलं; पण काय बोलणार? आपलेच दात आणं आपलेच होट! नवऱ्याची यवढीशी आठोणबी आपल्या जवळ राह्यणार नाई. ती बैचेन झाली... सपरीतल्या गागऱ्यावर फड्याचे नुसते फटकारे मारत राहिली.

"फुलं शिरवायचं कसं करायचं गं मां?"

"आता तुमी दोघंबी भाऊ करते-सवरते हाऽत, तुमची ठरवा बाप्पा!"

लक्षमन बुढ्याच्या तिसऱ्या दिवसाचं आटपल्यावर सांजच्यापरी सपरीत आवइच्यार सुरू होतो. लहान धन्याबी ढोरावासराचं चारापाणी करून मोकळा झाला होता. दयारामनं चाहाच्या निमित्त्यानं चुलत्याला बोलावून आणलेलं. सेवंता अन् बह्यना दाङ्ग्याजवळ बसलेल्या. दोघाबी भावाच्या चेहऱ्याकडं आळीपाळीनं पाहात होत्या.

"तुह्यं मन्नं काय हारे रे, धन्या?"...चुलत्यानं पानाला चुना लावला.

"आता मी काय सांगू? तुमी ठरवान तसं. आपलं काय हातावर आननं अन् पानावर खानं हाये."

"नाई, पर जगरितीनं जे कराचं थे कराचं लागंन... पुन्ना तेरवीचंबी हायेच." बह्यना दोघाबी भावाकडं नजर टाकून बोलली.

"माह्या हिश्श्यावरच्या पयशामंधी सध्यापुरता मोठ्यानं हातभार लावला, तं तुमी ठरवानं त्याले मी राजी हाओ यका पायावर... मी काई त्याचे उसने पयसे आंगावर ठेवनार न्हाई मना. पै न् पै फेडून देईन पुढच्या हंगामावर." धन्यानं दयारामकडं पाहून घेतलं.

"पण माझ्याजवळ पैसे राहील तेव्हाच ना? मागच्याच महिन्यात हिच्या बहिणीला लग्नात टीव्ही दिला; त्यात खर्च झाले जवळचे सगळे."

घरात बसलेली सून तणतणत बाहीर आली, "मग दिलाच कशाला हो टीव्ही, एवढ्या लोकांत काढून घ्यायचा होता तर?"

"च्... च्! तसं नाही गं. मी नुसता खर्चाबद्दल बोललो आपला."

आतापावतर दोन्ही लेकांचं बोलणं मुकाट्यानं ऐकणारी सेवंता एकाएकी उसळली, "जलम देनाऱ्या बापासाठीच नुपर पडली का आता तुमाले?"

मग तिच्या मनात काय आलं कोणास ठावूक, ती तणक्यानं उठली. घरात गेली... संदुकाचा खुसूड-पुसूड आवाज तेव्हढा बाहीर आला; लघ्यातच ती सपरीत आली.

“हे घ्या... सोनाराजौळ मोडून याच्यात उरकून टाका दसवा न् तेरवी.” हातात आणलेलं तुटकं डोरलं तिनं दयारामकडं फेकलं, “आणं हे पाहा, फुलं मात्र रिदपुरलेच न्या त्याहीचे.”

“आवो पर, मां.”

काहीतरी बोलू पाहणाऱ्या लहान लेकाला मधातच तोडून तिनं दटावलं. “आता पर नाई न् बिर नाई. घरातले तितंबे बाहीर नोका दाखवू जगाले! सोन्यासांगडा जीवापरस जीव गेला आता हे डागी डोरलं कायले पाह्यजेन जवळ?”

बह्यनामात्र मायकडून झाली, “पर तू आपली पोटची भाकर कावून सोडतं वं, मां?”

“आता जिथं काळजाचीच भाकर झाली, तिथं ह्या पोटाच्या भाकरीची काय कथा, मायबह्यनी!”

दयारामनं पुढं पडलेलं डोरलं हातात तोलल्यासारखं केलं. गुपचूप बंगालीच्या खिशात ठेवून दिलं. सेवंता उदास उदास झाली. भुकीजल्या माणसानं भाजीचा गंज खरपडावा तसं तिचं काळीज खरवडून निघालं... लहानपनापासून मायबाप अंतरले आपले. पर नवऱ्यानं मात्र उभ्या जिनगानीत काहीच कमी पडू देल्लं नाई. पर ह्या पोराइनं लोभापाई असे तितंबे मांडले घरात आता. दोघंबी काखा झाडून मोकळे झालेत, बेइमान!

तिच्या मनात एकेक येत होतं अन् एकेक जात होतं. लक्षमनची खाट, त्याची बसण्या-उठण्याची जागा तिला रिकाम्या वक्ती आणखीनच पिसं लावत होती. मनोमन बैचेन करत होती. गेल्या पंचवीस वर्सातल्या, त्याच्या संगतीनं केलेल्या संवसाराच्या आठवणी ठायी ठायी मनात जागत होत्या... बह्यनाला सासरी पाठवताना घण्टोगणती रडणारा बाप. बायकोच्या इसमजरीच्या मानगीत उयशासीन बसून रातंदिस एक करणारा नवरा. नाही नाही ते नजरंपुढं येत होतं. तिला चईन पडू देत नव्हतं... सेवंता मनात एकटीच तेलोत्यातल्या तेलावानी कढत होती.

“आत्याबाई, तुमची हे कनीक ठेवून घ्या. थ्यारोजी उसनी नेली व्हती.”

जोंधळे पाखडताना सेवंतानं वर पाहिलं. कणकीची वाटी घेऊन कमला उभी होती.

“कनीक चाल्ली व्हती कावं कुठं पळून?”

सेवंता हातचं सूप ठेवून उभी झाली. गहू निसणारी दयारामची बायको सेवंतावर लक्ष जाऊन बोलली, “अगं कमला, दवाखान्यातली चिकटपट्टी आणून चिकटवावी लागते बाई आता सासुबाईंच्या कपाळावर!”

न समजल्यामुळं असंन, सेवंतानं कमलाला पुसलं, “कावून वं, काय झालं?”

कमलानं तिच्या कपाळपाटीकडं निरखून पाहिलं, “काई नाई, तुमाले अजबी

आठोन नाई राह्यली थ्या कुक्कवाची... म्हून मतलं असंन जाऊबाईनं असं."

"आवो माय! थ्या रोजच्यावानीच झालं का पुन्ना?" पुन्हा झालेला घोटाळा सेवंताच्या ध्यानात आला,"...मी कसी बह्यताड असंन वं, कमला! बाबल्लीची फामच न्हाई राहात डोक्सं इचराच्या वक्ती!"

वाटी घेऊन ती घरात गेली. मागून मोठ्या सुनंचा आवाज तिच्या कानावर आला, "पिंकीचे बाबा, पुढच्या वेळी याल तेव्हा कुंकवाचा करंडा घेऊन याल तुमच्या आईसाठी नागपूरवरून! मामंजीची आठवण काही गेली नाही अजून त्यांच्या डोक्यातून!"

तेरवीचे गहू निवडणाऱ्या अवघ्या बाया सुनंबरोबर फिदीफिदी हसू लागल्या. सेवंताच्या काळजावर निवा पडल्यावानी झालं. जीव कसा अर्धमेला झाला.

घडीभऱ्यानं सून घरात आली. तिच्या पायाकडं पाहात म्हणाली, "आई, ते जोडवेही काढून टाका आता पायातून."

कागदावर काहीतरी खरडत असलेला दयाराम बोलला, "हो, आन गं मां ते इकडे माझ्याजवळ."

"काहून, मले नाई ठेवता येत का रे माह्याजौळ?"

"तसं नाही, गं! तुझ्याजवळ हरवून जाईल, म्हणून म्हटलं."

"आता त्याचं काय कराल सासूबाई, तुम्ही आपल्याजवळ ठेवून?" सुननं टाच मारली, "मोडले तर तुमच्या नातवासाठी चांगले चाळ होतील!"

तिच्या मनाला झटका बसला. कंदिलाची गरम झालेली काच पाणी लागताच एकदम तडकावी तशी ती तडकली, "माह्या ह्या नासुकल्या जोडव्यावरबी नेत गेली का आता तुमची?"

"तसं नाही, गं..." लेकानं चोपडण्याचा उपाय करून पाहिला.

"तसं नाई तं मंग कसं?" ती पायातले जोडवे काढू लागली, "मले तरी भोंडकपाळीले हे जवळ ठेवून काय करायचं हाये मना! कव्हातरी तुमालेच द्या लागत व्हते."

दयारामनं पुढं पसरलेल्या हातावर दोन्ही जोडवे ठेवत ती बोलली, "पर यक जोडवं थ्या धन्याले देजो त्याच्या हिश्श्याचं."

सेवंताचं बोलणं होत नाही तोच सुनेनं नवऱ्याला डोळा दाखवला.

"हो, हो! देईन; पण त्याच्यावर मात्र जास्त माया आहे तुझी!"

"मायले सारे लेकरं सारकेच राह्यते लेकाऽ!... आनं त्याची कड कसी नाई घेऊ मी? थो तुह्यापंक्षा फाटका असूनबी त्याच्याच ताटात जेवा लागते मले!"

तिचं मन आणखीनच भावूक झालं... याहीचंबी येकापरी बरोबरच हाये. कुक्कू होतं तोपावतरच जोडव्याले सोभा. मंग थे पायात असोत का पेटीत असो! कुक्कूच

राह्यलं नाई, तं त्याले कोन इच्यारते? हे कुक्कुबी मोठं लबाड! रोजच्या सवयीनं बरोबर कपाळाव जावून बसते. आपली भुलन पाहून लेक आनं सून दातकडं काहड्तेत. त्याहीच्या जीवाचा ख्याल व्हते. आपल्या काळजावर मात्र वळ उठतेत बोलन्याचे. सेवंताला एकाएकी कपाळावर चुकीनं लावलेल्या कुक्कवाची आठवण झाली. तिच्या मनात काय आलं कोणास ठाऊक, तिनं सिंगारपेटीतलं कुक्कवाचं डाबलं उचललं... कपाळाला लावलं. डोळ्याची डोब पाण्यानं डबडबली. डाबल्याकडं पाहात ती आपल्याशीच बोलावं तशी भरल्या आवाजात पुटपुटली, "थे व्हते तोपावतर तुही किंमत केली बाप्पा, जगानं! आता थेच नाई, तं तुले कोन पुसते?"

तिनं घरातली लाकडी संदूक उघडली... कुक्कवाचं डाबलं त्याच्या तळाशी लपवून ठेवलं! ह्या चवलीभर डाबल्यात आयुष्यातल्या झाडून साऱ्या आठवणीच लपवून ठेवल्यासारखं झालं.

सेवंता फिरून घावेल झाली. आरसा घेऊन उजेडात आली. आरशात पाहात तिनं पदराचं टोक कुक्कवावर फिरवलं. त्याची लाली पुसून काढली; पण कुक्कवाखालचा तो लाल धब्बा?... तो आजबी नजरंपुढं टळंटळं दिसत होता. लाल धुरधुरं कुक्कू कपाळावरच्या चामड्यात खोल खोल भिनलं होतं. कातोड्याशी एकजीव झालं होतं. मनात आलं... पायातले जोडवे काढून लेकाच्या हवाली करता आले. इसरभऱ्या कपाळावर जावून बसनारं कुक्कू डाबल्यासहीत लपवून ठेवता आलं... पर ह्या कपाळावरचा लालेलाल डाग? थो कसा लपवता यीऽन? सदाकाळ छळणाऱ्या नवऱ्याच्या आठोनीसारका काळजातून कसा हद्दपार करता यीऽन?

दै. *'तरुण भारत'*

●

भुलन

किस्नानं घाईघाईनं धुरा वलांडला आणं खोडव्या बागातल्या इळल्याकडं चटंचटं चालू लागला. आधीच घरून निघासाठी उशीर झालेला. त्यानं पाय उरकोता घेतला. त्याला पुढं पाहून इळल्याजवळ चिलीम फुकत बसलेल्या घरच्या बुढ्यानं तरीही त्याला हटकलंच, "हेच व्हये का रे बादश्या, तुह्यं सक्काळ-वक्काळ घरून निंघनं? अंखीन येळ लावता जराकसा!"

किस्नानं जाब दिला नाही. पाणी पेण्यासाठी त्यानं मडक्याजवळ बूड टेकवलं तसा बुढाच बोलला, "जाय बरं, थ्या पाठ्या बागात बाया लावल्या खात टाकाले. हालगो-मालगो करंन, तं त्याइच्या मांगंमागं राह्य तिथं."

किस्नानं घरून आणलेली भाकर झाडाला टांगली आणं तो जाण्यासाठी वळला, तसा बुढ्यानं अवाज दिला, "आणं हे पाह्य, कोनी बाई संतरं-गितरं खाईन तं लक्ष ठिवजो."

होकाराचा हुंकार भरून किस्ना पाठ्या बागात आला. उकंड्यावरून खात भरून आणणाऱ्या बायांची; गुळाच्या खड्याकडं जाणाऱ्या मुंग्यासारखी रांग लागली होती. किस्ना बगिच्यातल्या एका झाडाच्या आळ्यात उभा राहून तो पाहू लागला. अवघ्याजणी डोक्यावर आणलेले खाताचे घमिले झाडाच्या आळ्यात रिकामे करत होत्या. एवढ्यात घमीलं घेऊन कोणीतरी एकदम त्याच्या पुढं आलं... आणं तो डोळे फाडून पाहातच राहिला!

आळ्याच्या त्या आंगाला चंभाराची परभी मोहऱ्यावर उभी होती. तरणीताठी पोर. अभाळातून पडली, धरतरीनं झेलली आणं पुढ्यात येऊन उभी राहिली अशी! कोडवं दिलेल्या वालाच्या येलावानी चहू अंगानं गच्च भरलेली. काडीनं कोरावं अन् नखानं रेखावं असं तिचं कातीव रुपडं! किस्ना लटपटला. तिच्याकडं एकटक पाहतच राहिला. दोन्ही हातानं घमीलं धरलेली परभीही त्याला एकदम पुढं पाहून दचकली. जराशी गालात हासली आणं लगोलग लाजरीच्या झाडावानी लाजलीबी. त्याच्या नजरच्या बाणानं कासावीन होऊन तिनं घमीलं आळ्यात उबडलं. वाकताना तिच्या डोक्यावरचा पदर हटखोरासारखा हातावर घसरला. किस्ना गडबडून गेला. डोळे ताणत राहिला. पुढच्या फांदीवर लटकलेलं संत्र अधिक रसाळ की तिच्या गालावर फाकलेली लाली अधिक रसाळ म्हणावी, हेच समजेनासं झालं. आंगातलं झांपर तिच्या गेंदाच्या फुलावानी पिवळ्याधोट दंडावर करकचून गेलं होतं. बोरीच्या फांदीवर फसलेल्या गुळयेलासारखं रुतून बसलं होतं. परभी बावचळली. एका हाती घमीलं धरून तिनं चटकन पदर सावरला. वाऱ्याच्या झोतानं कापसाचं फुललेलं बोंड फिरावं, तशी ती झटक्यात मागं फिरली... किस्ना तहानल्यावानी तिला पाठमोरी घटंघटं पीत राहिला.

"बाजूले सरकाजी जराकसे... खातातला गागरा उडंन आंगावर."

घमीलं घेऊन त्याच्याजवळ उभ्या असलेल्या रोजदारणीच्या आवाजानं तो भानावर आला. आपण असं किती वेळ परभीकडं पछाडल्यासारखं पाहात राहिलो, हे त्याच्या ध्यानातच नव्हतं. तो झटकन् बाजूला झाला. त्यानं पाटापल्याडच्या खाताच्या उकंड्याकडं पाहिलं. एकटी रोजदारीण अवघ्यांच्या घमिल्यात खात भरून देत होती. बाकी साऱ्याजणी अडाभोवतीच्या खिराड्यासारख्या तिच्याभोवती कलकलत होत्या.

...तो उकंड्याकडं चालता झाला. तिथं जमलेल्या बायांकडं पाहात बोलला, "तुमी काहून वं, उभ्या अशा? थ्या यकटीच्या भरोशावर पाह्यल्यानं जमंन का? आना, मी भरून देतो पटंपटं घमिले. आनं तुमी जरा पाय उरकता घ्या बरं."

किस्नानं धोतर वर खोचलं. डोक्याची टोपी काढून बाजूला उकंड्याजवळ ठेवली. घमीलं ढिगाऱ्याशी आडवं लावून तो फावडं मारू लागला. पटंपटं घमिले भरू लागला. उचलून त्यांच्या डोक्यावर ठेवू लागला. पाहता पाहता बायांची गर्दी पांगली. परभी मात्र रिकामं घमीलं घेऊन बाजूलाच आंग चोरून उभी होती. तिच्याकडं पाहात त्यानं विचारलं -

"पह्यल्यांदाच आली वाट्टे इथच्या कामावर."

"हो काल रातच्याला मामाजी आले होते. खात टाकाले येसीन का म्हून इच्यारत होते." चिमण्या फडफडाव्यात तशा पापण्या फडफडवत तिनं उत्तर दिलं.

रिकामं घमीलं त्याच्याजवळ देत तिनं सबाकती पुसावं तसं विचारलं, "अज हून जाईन, नाई?"

"इकडंच हून जाईन, पर मंग खोडव्या बागात टाकाचं हायेनं अंखीन." भरलेलं घमीलं उचलून देत तो बोलला. घमीलं डोक्यावर घेताना परभी शेंगासारखी कमरंतून लवली. त्याच्या छातीत लचक भरल्यावानीच झालं! तिच्या केसाच्या जुड्यातून सुटलेल्या बटा कारलीच्या शेंड्यावरच्या आकड्यासारख्या चेहऱ्यावर आधार धुंडाळत होत्या.

...आजूबाजूचं शिवार भुलून तो तिच्या तोंडाकडं पाहात राहिला.

"इकडच्या शिवारात दिसत न्हाई तू कोनाच्या कामाले जातानं?"

"येत नाई तं काऽ जी? पर कोनी कसं, कोनी कसं... म्हून घडसनीच्याच ठिकानी जातो."

"तसं न्हाई, पर आमचं शिवार कसं वाटलं?"

परभी काही बोलणार. एवढ्यात त्याचा शीवशेजारी मुरल्या सायकलची घंटी वाजवत जवळ आला. किस्ना चपापला. कच्चकन् ब्रेक मारून मुरल्यानं सायकल एकदम किस्नाच्या पायापाशी थांबवली. परभी एक गिरकी घेऊन बागाकडं चालती झाली. काहीतरी बोलावं म्हणून किस्नानं पुसलं, "कसी काय आली फेरी इकडं!"

“म्हंजेन, मी इकडं येत न्हाई, असं काई हाये का? का तुह्ये धुरे भारले हायेत माह्यासाठी?”

“तसं न्हाई रे. कोंच्या कारनानं आला; थे इच्यारत होतो.”

“काइ न्हाई. वावराकडं चाललो व्हतो. सबाकती आलो तुही कामदारी पाहाले.”

“माही कामदारी कोन्ती हाये असी पाहाजोगती?”

“हाये न्हाई तं का-” घमीलं घेऊन जाणाऱ्या पाठमोऱ्या परभीकडं पाहात मुरल्या बोलला, “पाखरू मोठ्ठं राजुसवानं हाये!”

“बुढ्यानंच सांगतलं खात टाकाले. आपल्याला काय-?” मग मुरल्याची ब्याद टळावी म्हणून तो बोलला, “तुले मात्र फाल्तू चवकश्याइची मोठी सव हाये!”

मुरल्याचे डोळे परभीकडंच होते. चालताना ती कमरेतून लचकत दिवालघडीच्या लंबकावानी इकडे-तिकडे झोके घेत होती. नागिनीवानी तीन ठिकाणी वाकत होती. पाय जसे भुईवर ठरतच नव्हते.

“तुह्यं झालं म्हंजे पाठोजो बा, माह्या पाथीवर,” मुरल्यानं तोंडात जीभ घोळली.

किस्ना काही बोलणार तितक्यात देवकी कसारीनं खाताचं घमीलं घेऊन जवळ आली. मुरल्यानं तिथून काढता पाय घेतला. तोंडापुढला सूर्य आता माथ्यावर आला होता. ऊन झोंबरं झालं होतं. पाठीला चटंचटं झोंबत होतं. किस्ना ओणव्याचा उभा झाला. डोक्याचा दुपट्टा सोडून त्यानं तोंड खर्रखर्र पुसून काढलं. घडीभर दम घेऊन तो पुन्हा नेटानं घमिले भरू लागला.

“आता पोट दण्नानलं माय! चाला, उली खाऊन घेवू,” तिकडून येणाऱ्या बायांपैकी कोणंतरी कीर काढली.

“हो वंऽ बाई, माह्याबी पोटात खराळा पडला. सक्कायीस घाईपांजीच झालं जेवन.”

“यवढ्या लवकर लागलीबी कावं भूक? अंखीन यक हार घेवून घ्या. मंग जेवाना लागत् तं.”

किस्नानं ताणून पाहिलं; पण अवघ्यात मुरब्बी असलेली देवकाबुढी बोलली, “भुका लागल्या मंतेत, तं जेवू दे दादा, नाईतरी उपाशापोटी मन लागत नाई कामात.”

पोळा फुटावा तशा बाया सैरभैर झाल्या. कोणी भाकरी आणासाठी गेलं, कोणी झुडपाआड गेलं, तर कोणी जेवणासाठी जागा धुंडाळू लागलं. देवकी बुढीनं परभीला पाणी आणासाठी अडावर पाठवलं. कमरंवर कळशी घेवून ती रस्त्यानं लागली... किस्नाचं मन अधीर झालं. त्यानं आजूबाजूला नजर टाकली. जेवणासाठी अवघ्या बाया बाजूच्या शिवनीच्या दडप्यात जावून बसल्या होत्या... किस्ना अडाकडं पळाला.

अडावरच्या आडव्या लाकडावर पाय ठेवून परभी कमरंत वाकली होती.

रिकामी बाटली अडात सोडत होती. तो जवळ जाऊ लागला. पांचोळीआड दडलेला मक्याच्या कोवळ्या कणसावानी परभीचा पिवळा दुधाळ रंग त्याला वाकोल्या दाखवत होता. तिचं चिऱ्यासारखं तरतरीत नाक बाटलीच्या झोल्यापूट एकसारखं खाली-वर होत होतं. उभार छातीवरचे सुगरणीचे खोपे वर-खाली झोके घेत होते. जवळ माणसाचा थारा नाही आणं पाखराचा वारा नाही. इहीर अशी आंब्याच्या झाडोऱ्यात लपलेली. ऐन भरात जवानीत असलेली कोवळी काकडी एकटीच पाणी भरताना, अशी घावेल नजर तिच्यावर बसलेली! किस्ना पाघळला. हुळहुळून गेला. घडीभर वाटून गेलं... असंच धाव्वत जाव आणं... ह्या राजस रूपाले अस्सं कवट्यात घ्यावं! आपल्या छातीशीन् गुदमरून टाकावं. जलमभर त्याले सोडावंच नाही. मंग कोनं जीव घेतला तरी चालंन!... किस्ना पार इहिरीच्या तोंडावर येऊन टेकला.

त्यानं एक पाऊल पुढं टाकलं. दगडावर झालेला जोड्याचा आवाज ऐकून परभी दचकली. बाटली हातात धरून खसकन् ओणव्याची उभी झाली. त्याच्याकडं पाहात उलिकसं हसली. होटाच्या पांचोळीआडून मक्याच्या दाण्याची माळ लख्खकन चमकून गेली. हसण्याच्या झुळकीनं मोहोर झडला आंब्याचा. मडक्याखालच्या बिंडोण्यावानी एक गोल खळी तिच्या गालावर उमटून गेली. चेहरा तापल्या लोखंडावानी फुलून आला. किस्नाच्या काळजाचा ठोकाच चुकला.

जराकसं खाकरून घशातली कोरड दूर करत तो बोलला, हात धुवाले आलो होतो."

"टाकू काय पानी?" त्यानं पुढं केलेल्या हाताकडं पाहात तिनं विचारलं.

"टाक बरं." त्यानं हात खाली धरले. ती वरून बाटलीतलं पाणी वतू लागली. कापसाच्या पेळूसारखी पाण्याची पांढरीफेक धार खाली लोंबत होती. किस्ना वर मान करून तिच्या तोंडाकडं पाहात होता. पाणी बाजूला सांडत होतं! परभी मात्र गालातल्या गालात हसत होती. किस्नाला वाटलं... हे पाण्याची धार सरून नोये कव्हा. आफन असंच ओणव्यानं ह्या परभीच्या पिरमाची धार पेत राहावं मरेपावतर! परभीचं लक्ष त्याच्या हातावर खिळलं होतं आणं त्याची नजर तिच्या दुधाळ डोळ्यांत विरघळली होती. बाटलीतलं पाणी सरलं तशी परभीच बोलली -

"भाकर आनली असानं नं?"

"हो, तू न्हाई जेवत का?"

"उप्पास हाये मले."

"कायचा उप्पास हाये वं?"

"बाप्पा! उप्पास कायचा राह्यते, जी?"

"तसं न्हाई वं... काय मांगतं मतलं उपास करून देवाले?"

''आम्माय! कसे वो तुमी...'' परभीनं एक लांब मुस्टा मारला. ''काई मांगालेच करा लागते काय देवाचा उप्पास? दोन वक्ताची वलीसुकी कोरपसा देल्ली म्हंजे झालं बिचाऱ्यानं.''

परभीच्या मुरडण्यानं किस्ना गडबडला. मनात बोलला... मांगनं तरी काय मांगसीन तू देवाजौळ? अंखीन काय द्याऽचं शिल्लक ठेवलं हाये तुले त्यानं? सारंच ते देल्लं झाडून-पुसून. चंभार तं चमड्याले घासून-पुसून त्याची देखनी वाहानच बनोते; पर देवानं तुह्या चमड्याची पाह्य - कशी चमचम चांदणी केली! निसू निसू बनोल्यावानी! तिच्या डोळ्यांत डोळे घुसवून तो लाडावल्यावानी बोलला-

''परभे, देव परसन्न हाये तुह्यावर!''

''कसा जी?''

''त्यानं मले आत्ताच सांगतलं का परभीच्या उपासाले दोन संतरं दे म्हून!''

''देवाच्या मर्जीनं बाप्पा!'' परभी मनमोकळं हसली.

किस्नानं चहूभोवताल नजर फिरवली. चोरासारखा झटकन बाजूला गेला आणं दोन-चार पिवळेधम्म संत्रं घेऊन आला. तिच्यापुढं ठेवत बोलला ''खावून घे गुपचूप. फोतरं पाटात फेकजो मातरं. न्हाई तं थ्या बायाइले दिसले-गिसले, तं नसतं व्हइक आनन मले.''

परभी तिथंच इहिरिवरच्या आंब्याच्या खोडाशी टेकून पाय दुमडून बसली. संत्रं खावू लागली. संत्राचे फोतरं अन् जिरं पाटात फेकू लागली... लाल-नारंगी जिऱ्याकडं पाहून त्याच्याही तोंडाला पाणी सुटलं.

अवघं कसं आखल्या देखल्यासारखं झालं... तिच्या मनात तसं काई नसतं, तं थे आपल्यासंग येवढी बोलली तरी असती का? संतरं तरी घेतले असते का तिनं आपल्याजौळचे? आता मनातलं बोलाले काई हरकत न्हाई पर सुरुवात कसी आनं कुठून कराव्? आपल्या मनातलं तिले बरोबर समजलं पाह्यजेन. पर समजा, आपलं आयकून तिनं उगंच गाव जमा केला तं? जितेपनी मेल्यासारकं होईन आपल्याले! तरी यकडाव तिचं मन चाचपून पाहाले काय हरकत हाये?

...किस्ना तिच्याजवळ जावून बसला.

संत्रं खातानं परभीचे गाभुळलेल्या भेदरासारखे लाल होट चमचमत होते. डोळ्यांच्या बाव्हल्या भिरभिरत होत्या. मनात आलं... तोल तोल करावं आणं अशीच पुढं झेप घ्यावं; पण त्यानं तो विचार उडवून लावला. विचारलं, ''कसे काय, गोड हाये नं, संतरं?''

''आत्ता वं! संतरं का कडू राह्यतीन् का मनाव लेक!''

ती वघळाच्या नितळ धारंसारखी खळखळून हसली.

त्याच्या घशाला कोरड पडली! धीर धरून त्यानं घोगऱ्या आवाजात विचारलं,

“परभे, तुले यक गोस्ट सांगू का?”

“हं...” म्हणताना तिची नजर रस्त्याकडं खिळली, म्हणून त्यानंही पुढं पाहिलं.

ऐन मोक्यालाच घात झाला! त्याचा गडी अडावर येऊन पंपाच्या पेटीजवळ उभा होता.

किस्नानं चिडल्या सुरात म्हटलं, “कावून रे, धन्या?”

“काई न्हाई. लाईन हाये का गेली थे पाह्यतो-” परभीकडं पाहून हसत तो बोलला.

“लाईन जाऽले कोन्ती धाड भरली तिले? उगंच आपला काड्या करतं थ्या पेटीत!”

“न्हाई... गव्हाले पानी फिरवाचं हाये नं-”

“तं मंग ढील कायची व्हये? हिरीत बक्कळ पानी हाये. लाईनबी हाये. वलनेवाल्याच्याच आंगात धमक पाह्यजेन्!”

परभीकडं मान मोडून पाहात धन्या निघून गेला. त्याला दूर गेलेला पाहून ती बोलली, “तुमचा ह्या धन्या लय चालबाज मानूस हाये, अन्ना!”

“काहून वं... त्यानं असे कोन्ते केळीचे बाग कापले तुह्ये?”

“माहा काय करू सकते मना थो?” मग सांगावं का नाही असा विचार करत ती हलक्या आवाजात बोलली, “कित्तीक खेपा आमच्या चंभारपुऱ्यात पाह्यला त्याले. कोठ्यानं हिंडतानं!”

परभीनं हातातले फोतरं झरर्कन् पुढल्या पाटात फेकले आणं हात धुऊन कळशी काखंत घेतली.

बायांपासून जरा अंतरावर फटकून किस्नानं आपली भाकरी सोडली. हातात भाकर धरून तो एकेक घास चघळू लागला. जेवणाएवढा वेळ तिकडं अडावरच परभीशी बोलण्यात निघून गेला, हे त्याच्या ध्यानातच आलं नाही... भाकरीच्या तुकड्यावानी आणखी निराळंच त्याच्या डोक्यात घोळू लागलं. आधीच रचल्यावानी सारं जुळून आलं असतानं थोडुकशासाठी मंधातच कोणीतरी येऊन लागलेली तंद्री काहून भंगावं?

आपल्या मनमोहोळाची पुरी टरटरून भरली हाये. तिला मोकळी करासाठी धुपटबी जवळ हाये... तरीबी ह्या पुरीतलं सयद गळता गळत न्हाई. थे काहाडले गेलं का माश्याच भनानून उठतेत. आंगावर धावून येतेत. काय मनाव याले? आपला सालदार मुलखाचा कळलाव्या! आत्ता त्यानं आपल्यावर पाळत ठेवली का काय? दोन-दोन चक्करा मारते बेटा! माजरीसारकं डोळे झाकून लोनी खातानं त्याच्या तावडीत सापडलो, तं ह्या धन्या अवघ्या गावभर बोंबा मारत फिरनं. उद्या बुढ्यालेबी माहीत होईन सारं. मंग घरात राहाची सोयच उरनार न्हाई. परभीच्या बापाले समजलं

म्हंजे थोबी खेटर घेऊन घरावर याआले मागपुढं पाह्यनार न्हाई. मंग कसं व्हईन आपलं? साधी शुल्लक गोस्टच तं खिनभऱ्यात ह्या कोंट्याची थ्या कोंट्यात जाते गावात. त्यात अशा गोस्टी तं बातच कानोकानी होतेत. आखरी समाजात राहा लागते आपल्याले. हे समाजाचं आनं घरचं भेव नसतं, तं ह्या परभीले पागुटली घेवून उघड हिंडलो असतो देसोदेसी... पर तरीबी मनातलं हे खदखदनं दाबून भागनार न्हाई. डोळे उघडे ठेवून करू, पर काही झालं तरी ह्या लोन्याची चोरी करालेच पाह्यजेन!

कामावरच्या बायाचे जेवणं उरकून त्या पान-सुपारी खाण्यासाठी आजूबाजूला बिखरल्या तरी कव्हा नाही तो, किस्ना हातातली भाकर तशीच धरून कितीतरी वेळ विचारच करत राहिला. अधूनमधून शिवणीच्या खोडाशी बसलेल्या परभीच्या डोळ्याला डोळा भिडवत राहिला.

मडक्याजवळ जाऊन तो भाजीचा खरकटा डबा धुवू लागला. तशी परभी लगबगीनं त्याच्याजवळ आली. त्याच्या हातातला डबा जवळजवळ हिसकावून घेत बोलली, "काहून जी, अन्ना? यवढ्याझणी इथं असतानं सोता डब्बा धुऊन राह्यले, बाप्पा!"

किस्ना भांबावला. काय बोलावं त्याला समजलंच नाही. नुसता तिच्या हाताकडं पाहात राहिला. त्याला असं कोड्यात पाहून तेल्याच्या रंगीला दम पचला नाहीच. "आत्ता पुढं माही जाऊ आली म्हंजेन मंग कायले धुवा लागते वं माह्या देराले डब्बा? आता सोताची नाई तं कोनाले धुऊन मांगन, बिच्चारे! नेटाबिगर गाठ नाई!"

किस्ना आणखीनच सरमला. मन बोलून गेलं... परभी नोहे का माही जीवाभावाची?

पानतमाखू होऊन पुन्हा खात टाकणं सुरू झालं. मनातली तंद्री एकसारखी वाढू लागली. वाऱ्याच्या भनकीवानी परभी जवळ येत राहिली... किस्नाचं काळीज पायाला बांधून दूर जात राहिली. ती जवळ आली का तो उभा धगधगू लागे. दूर गेली का अधीर होऊन जाये. ऊन-सावलीचा खेळ सुरू झाला... आता तिले इच्यारून याचा सोक्षमोक्ष लावलाच पाह्यजेन. हो, उगच मेली मेली, जिती जिती कायले? दरवेळी त्याचं मन असं ठरवू लागलं आणं ऐनवेळी त्याच्या घशाला कोरड पडू लागली. कंठातून बोल फुटेनासा होऊ लागला.

रिकामं घमीलं घेऊन परभी पुन्हा जवळ आली. तिची मोरनीसारखी चाल आणं नागाच्या फडीवानी पुढं-मागं होणारा ऊर पाहून किस्नाचं मन उभं पेटून उठलं. तिचं अवघं आंग त्याच्यातल्या जाळाला आवतण देऊ लागलं. काहीतरी बोलण्यासाठी त्यानं तोंड उघडलं. पर नुसती वाफच बाहेर पडली! परभीनं त्याच्याकडं पाहिलं. त्याला काही सुचेनासं होऊन गेलं. त्यानं घमीलं भरलं आणं वर उचललं. ते डोक्यावर घेण्यासाठी परभी कमरंतून लवली - फुलारलेली तूर वाऱ्यानं लवावी

तशी. हातचं घमीलं तिच्या डोक्यावरच्या चुंभळीवर ठेवलं... आणं त्याच्या मनात काय आलं कोणास ठावूक, घमिल्यावरचा आपला हात नेहमीसारखा बाजूला घेण्याऐवजी त्यानं तो तिच्या पाठीवरून घसरत खाली घेतला! त्याच्या हाताच्या स्पर्शानं परभी आंगोपांगी शहारली. कोचंबल्यावानी तिनं आपलं अवघं अंग चोरून घेतलं.

त्यानं डोळ्यांच्या कोंट्यातून तिच्याकडे पाहून घेतलं... पळभर परभीचे डोळे निराळेच चमकले. गालावरची लालीबी कापरावानी उडून गेली. चेहरा विजंसारखा थरकून उठला. होट जरा आत ओढल्यासारखे झाले. रिकामे घमीले घेऊन जवळ येणाऱ्या बाया आपसात जोरानं कलकलत होत्या. त्यांचा बोल जवळ येत गेला...

"कोनाची गोस्ट व्हये वं रंगे?"

"आवंऽ तं थे नाई काऽ पाटुऱ्याची गावभ्वानी शबी? थे व्हये... थ्या सावद्याच्या पोट्ट्यासंगं जास्त येलून राह्यली यवढ्यात."

"पर कावं, म्या तं आईकलं का थे चार मह्यन्याची पोटंशीन हाये म्हून!"

"वाट्टे बाई असं... पुन्ना मारपीट झाली म्हंजे लेकरू घेवूनसन्या त्याचं घर निंघणार हाये मंते थे बाबल्ली!"

"तसं नाई तं का? ...असेच येलतेत आनं मंग आपलेच पाय आपल्या गळ्यात घेवून पड्तेत कोन्यारोजी!"

साडीचा शेव आंगभर लपेटून होताच परभी पाठमोरीच राहून बोलली -

...आइकलं तुमी? लोक कसे तोंडात शेन घालतेत, असं झालं म्हंजे? सारं कमावता यीऽन, अन्ना; पर मनुक्षाची यकडाव गेलेली आब नाई कमावता येत पुन्ना!"

किस्नाला उरावड पहाड कोसळल्यावानीच वाटलं. त्यानं झरकन आपली नजर खाली झुकवली. सुलगलेल्या निव्यावर पाणी पडल्यासारखं झालं. पाठमोरी परभी पुढून केव्हा निघून गेली हेही त्याला कळलं नाही. मनातलं अभाळ अंधारून आलं. तन-मन झाकाळलं. त्याचा थंडावा अवघ्या आंगभर चढत गेला. अपराधाच्या भावनेनं सगळं काळकुट्ट झालं. आता त्याच्या नजरंत परभीच्या डोळ्याला डोळा भिडवण्याची हिंमतच उरली नाही. डोळ्यातली धुंदीच चुन्यातल्या गाळावानी निवून गेली होती. पुरीतलं सारं यसद माश्यांनी पिवून स्वाहा केलं होतं...

बायांना पुढून येताना पाहून त्यानं हातातलं फावडं उकंड्यावर फेकून दिलं... आणं डांग डांग पावंलं टाकत तो धुऱ्याकडं चालू लागला.

"आवंऽऽ माहे देर कुठं चाल्ले वंऽ बाई तिकडं खात भरून द्याऽचं सोडून?" धुऱ्याकडं जाणाऱ्या किस्नाकडं लक्ष जावून रंगी बोलली.

"कावून वंऽ काई खातातलं किटुकलं मिटुकलं तं नसंन डसलं लेक पोराले?" देवकीनं अंदाज बांधला. "आनं थे टोपीबी इथंच टाकून देल्ली माय त्यानं."

मागून आलेल्या परभीनं उकंड्याजवळची टोपी उचलली. पुढं जाणाऱ्या किस्नाला धावत पळत गाठून बोलली.

"आजीऽ अन्नाऽ! हे घ्या... टोपीची भुलन पडली व्हती तुमाले ह्या उकंड्याजौळ."

किस्नानं तोंड न फिरवताच परभीच्या हातची टोपी खालच्या माननं हाती घेऊन बगलंत दाबली... आणं काही न बोलताच गावचा रस्ता धरला.

तरुण भारत, दिवाळी अंक - ९१

●

पसारा

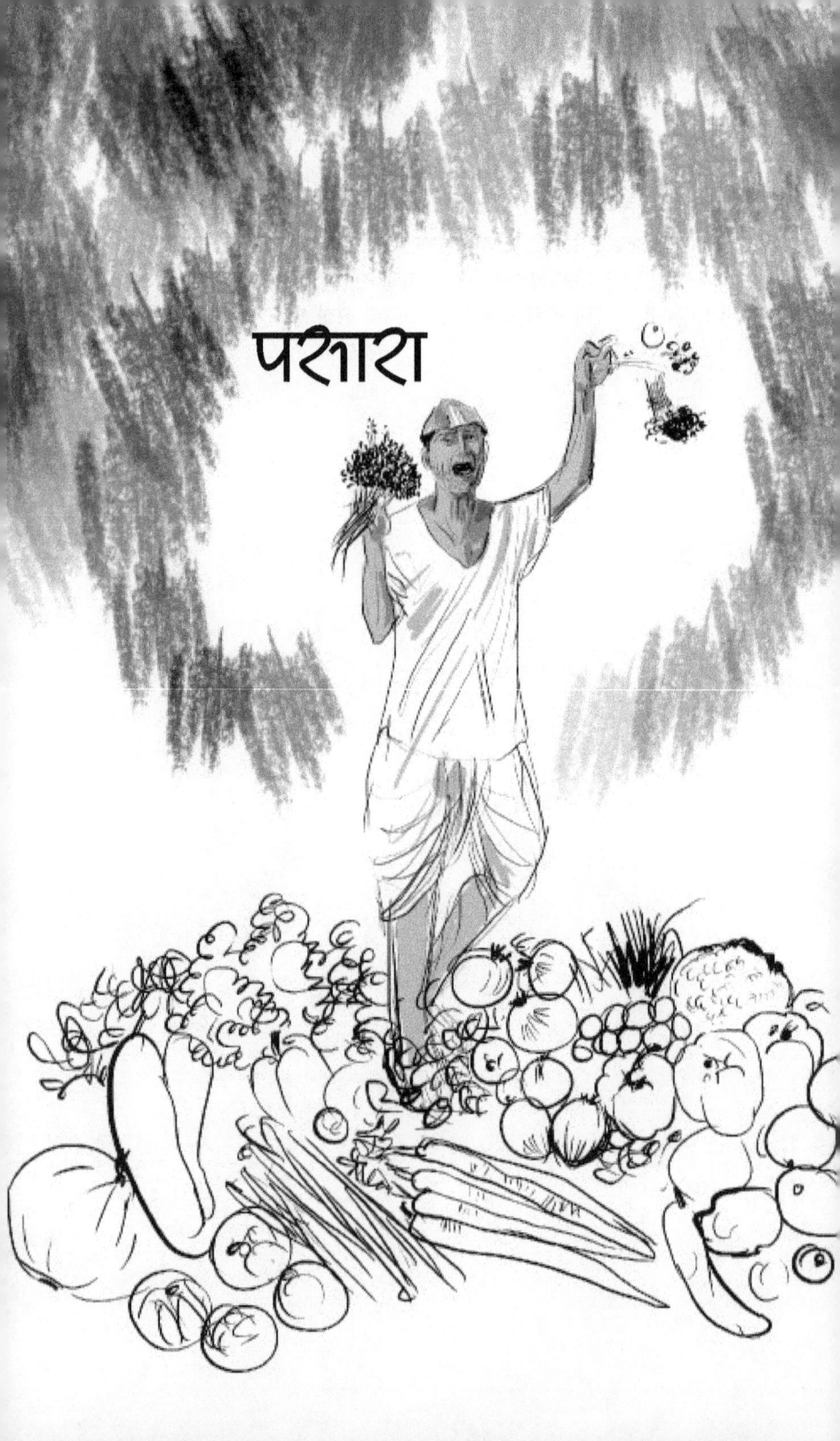

आता हे गिऱ्हाईक! आलं जवळ... थबकन तं बरं व्हईन. न्हाई तं ढुक्कूनबी पाह्यनार न्हाई मंघाच्यावानी. हे गिऱ्हाईक म्हंजे धुंधाडाची जात. याहीचं काई खरं न्हाई. भिड्डं पडलं तिथं भिड्डं आनं कोड्डं तिथं कोड्डं... तरीबी त्याले धीर धरोला न्हाई, "भाजी घ्याऽनं, गुर्जी-"

"आता तुही सुरू केलं का हे? काय भाव दिली रे?"

"अजीऽ तुमी घ्याऽतं सई. भावा-टावाचं काय; दोन पयसे इकडं का तिकडं."

गुर्जीनं बोट धरून असलेल्या पोराकडं पाह्यल्यासारकं केलं आणं नाकाले वळी पाडून रोखलेलं पाऊल पुढं फेकलं.

"काहून गुर्जी, चाल्ले?"

"अंऽ मुलगा पालक आवडत नाही म्हणतो."

"मग भेदरं घ्या. बिल्कूल ताथे हायेत." त्यानं पुन्ना वाह्यत्या दांडाले बारं घातलं.

"नको नको म्हणता एकाजणानं ते दिले असेच थैलीत टाकून."

त्याचं तोंड चिमणीयवढं झालं... तुंबवलेलं पानी बारं फोडून निसटून गेलं. थो पुन्ना मोळांडलेले पाय पोटाशीन् घेऊन पुतळ्यावानी बसून राह्यला.

"पाह्य केश्यो, ह्या झापऱ्याबुढ्याची चौथ्यांदा फेरी झाली पुन्ना!" त्याच्याकाठच्या पसाऱ्यावरचा अनिरुद टोपल्यातले कांदे घोळतानं बोलला, "हातातला थैला लागंन, तं तस्साच हाये बगलंत घडी करून."

झापऱ्याबुढा केश्योच्या पसाऱ्यापुढं उभा राह्यला. कानात खोचलेला रूपा अन् अर्ध्या बिडीचं हुटूक चाचपून पाहात त्यानं पुसलं, "काय भाव गा, भाजी?"

"बाराने."

"बाराने किलो?" बुढ्यानं बगलीतल्या थयल्याजौळ हात नेत पडताळलं.

"न्हाई गाऽ... बाराने पाव व्हये."

बुढा डोक्सं खाजवू लागला, तसा अनिरुद ढोपरानं इशारा करून केश्योच्या कानाशीन् फुसफुसला, "रूपा पाव सांगा लागते त्याले! न्हाईतं अंखीन सत्तरा खेपा यीऽन थो झाल पडेपावतर."

केश्योनं अनिरुदच्या तोंडाकडं पाह्यलं, बुढा टोळपल्यावर अनिरुदनं सांगतलं, "त्यानं बोहाऱ्यानं भाव पुसला का हटकून हटक लागते मालाले!"

खरंच मनाव... ह्या बुढा जल्माचा चिक्कट. दिवसभर मोकाट ढोरावानी चकरा मारते बजारात. घेत कवडीचं न्हाई. येकेका गिऱ्हाइकाची यकयक तऱ्हा! मंघासी अजब किस्सा झाली... दवाखान्यातली यक नरस आली. तिच्यामागं थयला घेतलेली चपरासीन. नरसंनं पसाऱ्यावरचा भेदराचा ढीग बुडापासून उखरला. दोन दोन खेपा

भेदरं दाबून पाह्यले. त्यातलं एक केश्योपुढं धरून इच्यारलं, "हे टमाटर यवढे लाल कसे हो? शिळे आहेत वाटतं."

"न्हाईजी बाई. सीडचं व्हये म्हून दिस्ते असे. आत्ता अस्सेच तोडून आन्ले."

"मग सल्फेट दिलं का यांना?" नाकाजौळ धरलेल्या भेदराचा वास घेतल्यावानी करत तिनं आपलं मत मांडलं, "आजकाल सल्फेट देवून तुम्ही लोक चवच बिघडवून टाकता मालाची."

काय बोलावं केश्योले काईच सुचलं न्हाई. अनिरुदनं मंधातच तोंड मारलं- "त्याचं काय हाये बाई, गावरानी ढोराचा जमाना गेला... आत्ताचे हे जेरसी ढोरं तुमच्यावानी कावळ्याएवढं खातेत आनं शिमनीयवढं हागतेत. मंग कुठून आनावं यवढं शेनखात?"

बाई तिथं पळभरबी थांबल्या न्हाई. चपरासीनले इसारा करून भरंभरं पुढे गेल्या!

नरसंनं उखरलेला भेदराचा ढीग केश्योनं पुन्ना रचला. हिरव्या रंगाचे भेदरं अल्लग काहाडले. पिकलेलं यकयक भेदूर त्यानं आंगावरच्या धोतराले पुसून माथ्यावर ठेवलं. ह्या हरिभाऊ रिकामा झोरा खांद्यावर टाकून चाल्ला... येते आपल्याजौळ. त्याचं मन भेदरावानी गाभुळलं. सारं लक्ष हरिभाऊकडंच. हरिभाऊनं पसाऱ्याकडं पाह्यल्या न पाह्यल्यासारकं केलं आणं सरळ रस्त्यानं निघून गेला... त्याचं पिकलेलं मन टचकर फुटलं.

"बाबूजीऽऽ भाजी न्याऽनं. चांगली हाये पालेगळ."

"नको! घरीच लावली आमच्या हिने... मिरची आणतो जरा तिकडून."

अनिरुदले दम पचला न्हाईच, "लोक चुलीजौळ माळवं लावतेत का बेटं, अजकाल!"

केश्योचा धीर खसला. अज काहून असं होवून राह्यलं मनाव? ...पुढच्या खेपंले बिब्वा आणं काकनकोरं आनत जा लागंन घरून. कोनाची नजर कसी, कोनाची कसी! थ्या झापऱ्या बुढ्यासारक्याचा भरोसा थोडाच घेता येतो अजकाल? त्यानं भाजीच्या चिंबल्यावानाच्या जुड्या खाली रचल्या. चांगल्या तेजदार वरतं ठेवल्या. लाललाल ढिगाकडं पाहात बसला... अवघा दिवसच कह्यरावानी चाल्ला.

रामपाह्यराचं रांधून माळवं तोडाले वावरात गेलेल्या धुरपदाचं तोंड दुपारपावतर उनीनं गांजरून गेलं व्हतं. पालकाचं यकयक पान खुडता खुडता दुपार कलली. पाठ हेकोडी होऊन गेली. रोजदारीनची मजुरी देल्ली तव्हा धुरपदा बोलली, "तिले बजाराचा रोज देल्ला, आनं मले, वो?"

"तुले कायचा पाह्यजे रोज? खातं कुठचं मंग-?"

"बाप्पा! माही मेलीची मेह्यनत असीच गेली का मनाव फुक्कट! ...निदान भातकं मातकं तरी आन्जा काई-"

केश्यो शेव-चिवडेवाल्या भुसाऱ्यावानी बोंबलला, "चाला, याऽऽ... सऽस्ती लावली भाऽजीऽऽ... बाऽराने पाऽव! भेऽदरंऽ किलोऽभर भेऽट्टे तीन रूपातऽ!"

यक-दोघं त्याच्यापुढून माना मोडत निघून गेले. डोक्शावर भाजीचा हारा घेवून सुकदेव आला. त्याच्या पसाऱ्यापुढं उभा राह्यला. "जरा हात लाव गाऽ वइयाले."

केश्योनं उठून त्याचा हारा खाली घेतला. सुकदेव हाश्श-हुश्श करत मोकळा झाला. उभ्या उभ्या त्यानं पुढच्या पसाऱ्याकडं पाह्यलं. त्याचा चेहरा तापल्या लोखंडावानी तेवर तेवर झाला. "ह्या पसारा कोनाचा व्हये इथचा?"

"माहाच व्हये. काहून, गा?" केश्योनं पुसलं.

"काहून, तुले ठाऊक न्हाई का दरवारी मी इथं बसतो थे?"

"पर माझं काय उलिकसंच हाये... जमते दोघाचंबी."

"जेमतेऽ नॅऽऽ" थो बाडं बोलला, "ह्या यवढा माल कुठं तुह्या डोक्शावर ठेवू का? जसी तुह्या बाप्पाचीच जागा व्हये... उचललं न् दचडलं!"

"तुह्यं नाव लेह्यलं हाये वाट्टे ह्या जाग्यावर!"

"हे पाह्य, चूपचाप तू आपलं बाडबिशान गुंडाळ इथून! न्हाई तं थ्या चिठ्ठीवाल्याले आन्तो मी बलावून," सुकदेवनं धवस देल्ली.

"तू चिठ्ठी देतं आनं आमी कवड्या देतो का, रे? बोंबलीवर दिवा लावून आलानं -"

"तुले सांगू का आता दिवा-" सुकदेवनं बाह्याच सवारल्या. चाल, ये बरं!"

"जावू देनं गाऽ सुकदेव!" अनिरुद यकदम मंधात पडला, "आणं तू इकडंनं ये रे, केश्योऽ माह्या या काठंनं."

केश्योले लाथंखाली चेचरल्यासारकं झालं... खूब झाली मनाव हे! काई न्याव हाये का न्हाई? उन्हाळभर माळवं राहात न्हाई म्हून आपल्याले बजारात हक्काची जागाबी न्हाई का? कोनंबी ऐऱ्यागैऱ्यानं याव आनं उपऱ्यासारकं उठवून द्यावं. कडूनिंबाच्या काढ्यावानी त्यानं आपला सारा राग पिवून टाकला. आधीचा लावलेला माल उचलला. अनिरुदच्या उजव्या बाजूले नेवून ठेवला. तिथं पुन्ना पसारा मांडला. दाबल्यानं आणं उचल-खाचलीनं गिलगिले झालेले भेदरं अंखीन पुसून काहाडले... पुढून जाणाऱ्या गिऱ्हाइकाच्या नजराइचा थांग घेण्यात गढून गेला. आलं गिऱ्हाईक. बारकीचं दिस्ते जरा. दाहा खेपा भाजीची जुडी निसू निसू पाह्यते. रचलेला मालसुदा चिवडाऽची बायाले भल्ली सव. घेनार न्हाई छटाकभर पर चवकसीच भारी! मांगच्यावारी यकीनं आणन्याची भाजी घेतली. तिले पयसे मांगतले तं दोनची नोट आंधीच देल्ली मने. आफत मतलं- न्हाई. पर ह्या बाईमानसाच्या तोंडाले कुठं पुरनं व्हते आपल्याकून? कटकट झाल्यावर अखेर सोताच घ्या लागला दीड रुपाचा घुटना सोसून. पुन्ना वरतून भाजीची जुडी फुकट गेली थे येगळीच!

"...काय पाह्यतं बाई उलटून. सारख्याच हाये साऱ्या जुड्या."

"क्या भाव लगाई गाऽ?"

"बाराने पाव."

बोलता बोलता लभानीनच्या पोरानं दोन लाल भेदरं उचललेच.

"इतनी मेहंगीऽ! उधर तो भौत सस्ती मिल रही-"

थे वळली. त्यानं पुन्ना हाक मारली, "येऽ वोऽऽ आठाने घेवून जा बोह्यनीच्या पाह्यरी."

"चाराने लगा -" ती पलटून बोलली.

"चाराने न्हाई पुरवत, बाई."

"ये क्या सब फुलारी तो हय."

तिनं वळता वळता सुद्या मालाले खोट लावली. त्याचं काळीज तीळ तीळ तुटलं. याहीले काय ठावूक, माळवेवाल्या कास्तकाराचं पानी कुठं जिरते तं? याच्यापायी रातंदिस यक करा लागते वावरात. अवघा दोन यकटाचा तुकडा. हिरीले पाझर न्हाई. घन्टेवारी पानी इकत घ्या लागते शेजाऱ्याजौळचं. त्यात फुयारा आनं रसायनखताले पयसा लावू लावू जीव घाईस येते. चोर-चिट्टे, पाखरं-वान्नेरं ह्या साऱ्याच्या दाढीतून वाचलं थे बजारात. इथं हे असी गत!... बजाराचा अवघा नगारा आता खदखदू लागला. गिऱ्हान मांगणारा दाठ्यात यावा तसा चिठ्ठीवाला आला. पसाऱ्यापुढं उभं राहून त्यानं बांधल्या तोंडानं केश्योपुढं हात पसरला.

"अद्याप बोह्यनीच व्हाऽची हाये, बा... जराभऱ्यानं घेऊन जा मंग-"

"अस्सी कस्सी गा बोह्यनी न्हाई झाली तुमची? माश्याच मारत बसता का दिवसभर!"

चिठ्ठीवाला तणतणत गेला... याचं नेयमीचं असंच. बाराने चिठ्ठी व्हती थे यानंच वाहाडोली डबलीनं. याच्या बापाचं काय जाते? इथं अद्याप जहर खाऽले पयसा न्हाई आला जवळ. मांगच्यावारी आतापावतर निदान चार-पाच रुपे तरी बटव्यात वाजत व्हते.

"का गाऽ केश्योऽ... खपली का न्हाई अजून भाजी?" अवघा बजार पालथा घालून आलेला हरिभाऊ त्याच्याजौळ खेटून बसत बोलला, "माहाग लावली असशीन तुनं!"

"कुठं गा माहाग!... आठानेच तं चालू हाये."

"तिकडं तं चाळीस पयसेच हाये..."

हरिभाऊ ऐसपैस गोष्टी करत बसला. त्यानं बसल्या बसल्या पाठीमागच्या बाऱ्याच्या पेटाऱ्यातले दोन पानं काहाडले. तिथचाच चुना घेऊन केश्योकडं वळला.

"हं, टाक याच्यावर जराकसा काथ नं चिपोरा."

केश्योनं कमिजीतला बटवा काहाडून त्याच्याजौळ दिला. त्यालेबी तलप आली व्हती... हरिभाऊनं केलेलं पान त्यानं तोंडात टाकलं. चिकट आलेलं तोंड जरा रसागळ झालं... बजार रंगत गेला. रस्त्यानं पुढं निघून गेलेल्या केश्योच्या शिवशेजाऱ्याले पाहून हरिभाऊनं आपलाच माल असल्यावानी अवाज देल्ला, "घेनं गाऽ शालीकऽ तुमच्या कलकुयीचा माल होये नं."

शालीक कोंचबल्यावानी झाला. बोलला, "आता घेत न्होतो, पर आमच्या शिवारातला व्हये म्हून घेतो."

शालीकनं दोन जुड्या चिवडल्या. आतापावतर पाय पोटाशीन् घेवून बसलेला केश्यो ताठ झाला. साकळ्या मुरगाळून कुत्र्यावानी पडलेल्या पाड्यानं आंग झटकलं. पोटात जुड्या घेवून अधर तरंगलं. जुडी थयलीत टाकून शालीकनं पुसलं, "किती झाले?"

"यक रुपा."

"हे घे."

केश्योनं हातावरच्या आठानीकडं पाह्यलं... पळभर त्याचा हात थबकला. मग अरामानं पयश्याच्या बटव्यात गेला.

"तव्हाची बोह्यनी आत्ता झाली, हरिभाऊ!"

"पाह्यं बरं! माहा पायगुन चांगला लागला कनाई?" हरिभाऊनं संधी साधली- "मलेबी भाजी घ्याऽची व्हती गाऽ, केश्यो... पर अद्याप पोरगंच आलं न्हाई डिवटीवून. पयसे न्हाई लमचे जवळ."

केश्योनं यक जुडी उचलली आणं न बोलता त्याच्या थयलीत टाकली.

"आगा पर-?"

"ऱ्हावू दे. नव्हाळी म्हून देल्ली असीच."

गेऽला हरिभाऊ. झालं त्याचं काम! सुतावूनबी बारीक काटते बेटा! यकयक वान घरी नेते. बजार उलंगेपावतर त्याच्या पायाले जसा पाटाच राहात न्हाई. राह्यते यकेकाले सोस! लोभाचं घर पाप मंते थे काई खोटं न्हाई! ...केश्योले उगंच बायकोच्या तोंडचा घास काढून घेतल्यावानी वाटलं.

"हाऱ्यातली यक जुडी काहाडून ठेवजा वो सांजच्या भाजीले."

बजारात जाण्यासाठी त्यानं वझं उचलल्यावर धुरपदा घरातून बोलली व्हती.

"काहून, वावरातली भाजी सप्पा सरली का आता?... बजारात नुपर पडली म्हंजे तिकडं भाजीची?"

बजारातली गर्दी आता जरी पतली पडली व्हती. यक लाट येवून निघून गेली व्हती. आता शिवारातला मजूर आला म्हंजे गिऱ्हाइकाचं भिड्ड पडंन... मंग लागंन तं माल मोजून देणं सुदरनार न्हाई. पाह्यता पाह्यता डोळ्यापुढचे ढीग सरून जातीन.

त्याचं लक्ष अनिरुदकडं गेलं... तो पसाऱ्यापुढून जाणाऱ्या तरण्याताठ्या बायाइचे चेहरे न्याहाळण्यात रंगून गेला व्हता. केश्योच्याच पसाऱ्यावरचं लाल टप्पूर भेदूर उचलून, रस्त्यानं जाणाऱ्या-येणाऱ्याले दिसनं अशा बेतानं खात व्हता.

"बोल, बंदेमें क्या भाव देता टमाटर?"

कोंढाळीवाला रमजान भुसारी पुढचा भेदराचा ढीग उखरत बोलला.

"तूच सांगनं-"

"रुपया किलो के हिसाबसे दे दे. सब खरीद लेता एकसाथ."

तेवढ्यात न्हाई पुरवत, बा... दोनच्या भावानं घेऊन जा सगळे."

"दो रुपै कौन ले रहा ये गिले टमाटर?"

भुसारी पलटला. केश्यो त्याच्या पाठीमागनं धावल्यावानी बोलला, "असं कर... दीड रुपा घेवून घे."

त्यानं मागं पलटूनबी पाह्यलं न्हाई, "अब आठानेमें भी नही लेता!"

केश्योचा तळतळाट झाला. पसाऱ्यावरचा लाल लाल ढीग त्याच्या डोळ्यांत सलू लागला... हिरव्या भाजीनं मनातली सारी हाव खुडून नेली.

त्यानं पाठीमागंच्या भाजीवाल्याजौळ पडताळा घेतला, "तू काय भाव इकून राह्यला गाऽ भाजी?"

"चार रुपे लावली बा."

त्याचे डोळेच पांढरे झाले. त्यानं अनिरुदले पुसलं, "खरंच ह्या बुडख्या चार रुपे किलो इकत असंन काऽगा, त्याची भाजी?"

"अरेऽ हट्टऽ! तूच आइक त्याचं! सांगाची धज आनं लंगोटी तीन गज!"

केश्योनं पुन्ना म्हून भावाचा पडताळा घेतला न्हाई. पुढून कोनीतरी डोक्शावर काकड्याचं वझं घेवून लपकत लपकत चाललं व्हतं. त्याचा हात डोक्शाकडं गेला... टाळूजौळची जागा आताबी तशीच दुखत व्हती. कोसाभऱ्या वावरातून आनलेल्या मणभर वझ्यानं तिथली जागी हुळहुळी झाली व्हती. दुपारच्या भर ऊनात सारा जीव यका जागी गोळा होऊन गेल्ता. छातीत दम मावत न्होता.

तो पाङ्याच्या साकळीले पडलेली आढी सरळ करत असतानं यका मोकाट गाईनं चालता चालताच त्याच्या पसाऱ्यावर फरकाडा मारला.

"अरेऽऽ हाट्टऽऽ! ट्टालीऽऽऽ!"

मावली! दोन जुड्याचा घास घेवून निघून गेली.

चिठ्ठीवाल्याची पुन्ना दुसऱ्यांदा फेरी आली. त्यानं अनिरुदजौळचा यक रुपा उसना घेवून त्यात जवळच्या यकुतल्या यक आठानीची भर टाकली. जड जीवानं बजाराची रखम चिठ्ठीवाल्याच्या हातावर ठेवली... त्याच्या लगबगीनं जाणाऱ्या पावलाकडं पाहात राह्यला. तिकडून पिप्पळाच्या कोंट्याच्या बाजूले यकायकी

गडबड झाली. लोक जमलेले दिसले. "काय झालं गा, अनिरुद तिकडं पिप्पळाकडं?"

"अंऽ असंन कोनाचा तरी झगडा-मगडा."

अनिरुद सामटीच्या रुखानं यकटक पाहात व्हता. केश्योनंबी तिकडं लक्ष केलं श्याम्याची दुर्गी झलकल्यावानी झाली. डोक्शावरच्या रिकाम्या टोपल्यासहीत लचकत-मटकत इकडंच याआले निघाली.

केश्योच्या पसाऱ्यापुढं येवून दुर्गी डोळे मोडत उभी राह्यली.

"हे तुह्ये भेदरं काय भाव, गाऽ?"

"आठाने."

"आनं भाजी?"

"थेबी आठाने."

"चांगले ठोकळ हाये भेदरं." तिनं त्याच्या डोळ्याले डोळा भिडोला, "...लाड घ्याऽजोगते लाललाल!"

"किती पाह्यजेन!" त्यानं पाडुं तिच्यापुढं ठेवलं.

अर्ध्या किलवाचं वजन झालं. तिच्या हातावर त्यानं लक्ष खिळवलं. जराभर वाट पाहून बोलला, "देन पयसे..."

"द्याऽच लागंन का?"

दुर्गी मुरकली. ताठ उभी झाली... पसाभर छाती उघडी पाहून लुगड्याच्या निऱ्या चाचपत बसली.

"आवोऽ माऽय! पयसेच नाई दिसून राह्यले, गड्याऽ! मंघासीच तं. ठिवले व्हते इथं चार रुपे."

"चांगली पाह्य."

तिनं रस्त्याकडं नजर टाकली, "पडले वाट्टे रस्त्यानं इसरभऱ्या. राहू देऽनं यवढया खेपंले उधार!"

"उधार म्हंजे?" थो जीव गेल्यावानी बोलला, "मांगचे दोन रुपेबी द्याऽचेच हाये अद्याप."

"देईन नं. धीर तं धर जरा जीवाले," थे डोळ्याच्या कोंट्यातून त्याच्याकडं पाहाले लागली, "...नाई तं त्याच्या बदल्यात काम करून देईन यखांद्या वक्ती."

"तू असीच मंतं..." थो निकराईवर येत बोलला, "इथं लमचे बजारचिठ्ठीले पयसे न्हाई जवळ."

"कावून, गा? तुह्यं पसारा मांडून बसनं काय, आनं माह्यं पसारा मांडून बसनं काय, धंद्याची गत यकच!" दुर्गी पसाऱ्याकडं पाहात बोलली - "गिऱ्हाइकाकडं पाहून, ठेवा लागते उधारी कव्हा कव्हा."

केश्योले सुकडल्यावानी झालं. टोपलं उचलून दुर्गी हेलकावे घेत निघून गेली.

यकायकी पिप्पळाजौळचा माणसा-पोराइचा घोळका कलकलत जवळ आला. त्याच्या बाजूचा पसारा घेरून उभा राह्यला. लोक गर्दीत तोंड खूपसू लागले. केश्यानं उभं होवून पाह्यलं. काहीच दिसलं न्हाई. त्यानं यकाले पुसलं, "काय झालं गा?"

जो-थो पुढं पाह्यन्याच्या घाईत. पाह्यता पाह्यता कल्ला, गोंधळ केश्योच्या पसाऱ्यापुढं आला. गुंड्याइनं घेरल्यावानी त्याच्याभोवती गराडा पडला. दोन नवाडे गादर-गुदर माणसं त्यांच्यापुढं येवून बोलले - "हं... तुमचे वजनं मापं दाखवा, बरं-"

त्यानं पाड्डं आणं गोटे पुढं केले. थे माणसं गोटे उलटे करून पाहू लागले. दांडीच्या काट्याजौळच्या छिद्रात बारीक नजरंनं न्याहाळू लागले.

...दोघाच्याबी चेहऱ्यावरचे रंग हत्तीसङ्ख्यावानी बदलत गेले.

"काहो? पंच्यांशीपासून तुम्ही वजनं मापं चेक केलेली नाहीत!"

"काहून जीऽ कमी-जास्त न्हाई काई," केश्यो बोलला, "लागनं तं तुमी दुसऱ्या नव्या काट्यावर तपासून पाहा, ब्वा..."

"जादा बात मत करो!" बंगालीवाला बोलला, "ये कानून के खिलाफ है।"

"तुम्हाला माहीत नाही का हो - दरवर्षी वजनं मापं ऑफिसमध्ये चेक करून घ्यावी लागतात म्हणून?"

"न्हाई जी... मी काई सालभर बसत न्हाई बजारात."

"उसका कुछ सवाल ही नही उठता; ये वजन कांटा लेके चलो अपने साथ।"

"अजीऽपर - मी भुसारी थोडाच आहो?" त्यानं गळ घातली, "माहा माल इकाचा राहीन जीऽ"

अनिरुदनं त्याचा कड घेतला, "छोड दो साब. नया नया हय बजारमें."

"वो कुछ नहीं! बादमें कोंढालीके ऑफिससे जुर्माना भरकर लेके जावो।"

केश्यो काकुळतीले आला. सायबाच्या पायापोटी पडला; पण त्याचं तिथं कोनंच आइकलं न्हाई... आलेला जमाव पुढच्या पसाऱ्याकडं वळला. त्यानं नजरभर आपल्या पसाऱ्याकडं पाह्यलं... त्याचा चेहरा पिकल्या भेदरावानी लाललाल झाला. डोळ्यांत भाजीचे तुर्रे उगवले... फुटल्या भेदरातलं लाल पानी अवघ्या आंगभर वाहू लागलं. आता कामाहून आलेल्या मजुराइची बजारात यकच झुंबड उठली व्हती. तिकडं भुसाऱ्याले कलम म्हून सुदरू देत न्होती. इकडं केश्योजौळ मालाच्या इक्रीसाठी वजनकाटाच... काटा काळजात घुसला व्हता आणं मस्तकाचा पार गोटा होऊन गेला व्हता. लध्यातच त्याच्या मनात काय आलं कोनाला ठाऊक, लहान्या पोरानं चेंडू खेळावा तसं पसाऱ्यावरचं यकयक भेदूर उचलून त्यानं पुढच्या भित्तीवर फेकून माराले सुरुवात केली. पुढून जाणाऱ्या मोकाट

गाईपुढं भाजीचा अवघा ढीग झोकून देल्ला...

"घे, खाऽ मावले! ह्या मासखाऊ कावळ्याइपंक्षा तू आसीर्वाद तरी देसीन!"

...गाय उपाशी असल्यावानी भाजीवर तुटून पडली! थो डोळ्यांतलं लाललाल रगत पुढच्या दगडी भित्तीवर शिप्पत राह्यला...

'कोल्हापूर सकाळ'

●

भुजाडणं

पोतराजानं आंगावर चाबकाचे फटकारे मारावेत तसा भन्नाट वारा चहुबाजूनं शिवाराला झोडपत होता. सारं रान वाऱ्यासंगं फुगडी घालत होतं. भुईमुगासारखे लहान-सहान जीव जवळच्या तुरीच्या आसऱ्यानं दडत होते. पलट्याचा जीव जेरीस आलेला. दोह्यपारची वेळ असल्यानं वावरातलं माणूस-कुणूसही जेवणाच्या निमित्तानं झाडा-खोपडीचा आसरा जवळ करत होतं.

वाडीतल्या आंब्याखाली पलट्या इळलं शिवत होता. जुण्या इळल्याच्या सांगाड्यावर तनस लावून त्यावर सागाचे पान आंथरत होता. वाळलेले हलके पानं वाऱ्यामुळं इळल्यावर ठरत नव्हते. पळभऱ्यातच गगणी लागत होते. बिखरलेले पानं पुन्हा पुन्हा जोडून पलट्या घाईस आला. वारा घटकाभरबी दम खाऊ देत नव्हता. राहून राहून नाकात दम आणत होता.

"इच्यामायले, ह्या वाऱ्याले काय झोंबलं तं!" एक शिवी हासडून त्यानं हातचं काम बंद केलं आणि तो धुऱ्यावरच्या दहा-बारा बनग्या घेऊन आला. काचवा होईपावतर, इळल्यावर आंथरलेली पानं उडून जाऊ नये म्हणून, त्यानं त्या वजनी बनग्या इळल्याच्या भोवताल टेकवून ठेवल्या.

वाडीतला भुईमूग आता मस्तीवर आला होता. पिवळे फुलं झडत येऊन बुडात त्याला काटे सुटले होते. कुठं कुठं दुधाळ आंड्याचे शिसलंही धरलेले-शेणामुतानं फोफावलेल्या जोंधळ्याचे बोटाएवढाले धांडे अगासाकडं चाल करत होते. अशातच भोऱ्या अन् बाटरं कळपानं येऊन जोंधळ्याचे शेंडे खुडत असाचे. इकडं भुईमुगात रानडुकरं रातपायरीला संधी साधून, शिसलं खाण्यासाठी तासचं तास उखरत नेत होते.

आता जागल बसवल्याशिवाय त्यांचा बंदोबस्त होणार नव्हता. पाण्यापावसातल्या जागलीसाठी इळलं उभं केल्याशिवाय गत्यंतर नाही. काल-परवाच्या पावसानं जिमिनीत ओल आलेली; त्यामुळं निदंण-डवरणं बनत नव्हतं. अशा झडीपाण्याच्या रिकामपणात इळलं शिवून घ्यावं म्हणून पलट्यानं आज सकाळपाहारपासून हे काम हाती घेतलं होतं.

सागाचे पानं आंथरून झाल्यावर पलट्या त्यावर तणस लावू लागला. जराभऱ्यानं कपडा फडफडल्याचा आवाज झाला म्हणून त्यानं नजर फिरवली. शेजारच्या डुंगीतला शंकर भाकर खावून इहिरीकडून येत होता. जाता-जाता पलट्याजवळ थांबून बोलला, "अज तं इळल्याचंच काम काहाडलं गा, बावा..."

"हो, नाई तं का... जागल बसवाची हाये आता भुईमूगांवर. ह्या लमच्या डुकराइनं व्हैक आनून टाकलं नुसतं!"

खिशातली चिलीम काढून जवळच बूड टेकवत शंकर बोलला, "आता तुले

खोटं वाटंन, पर माहाबी चांगला यक चऱ्हाडभर भुईमूग उखरून टाकला ह्या डुकराइनं काल. काय करावं काई समजत न्हाई, बेटं! कव्हा कव्हा तं जीव अस्सा पिसाळून जाते का, वाट्टे... यखांदी बंदूक घ्याव आनं दिसलं थे डुक्कर फुकत जाव गोळी घालून!''

शंकरनं पेटवलेली चिलीम आपल्या हाती घेत पलट्या जोंधळ्याच्या आवडाकडं नजर लावून बोलला, ''वावरातलं अर्ध पीकपानी अरजत असंन आपल्या किरसानाले फक्त. बाकी तं ह्या चिटरं-पाखरं आनं चोर चिक्ट्याइच्याच घशात जाते.

धूपट गिळताना पलट्याच्या घशात ठसका बसला. काहीतरी आठवल्यासारखा शंकर बोलला.

''पर तुह्याजौळ इळले व्हते नं गा, यक-दोन... दिसे नं मांगंरोजा-''

''आगाऽ यक होतं थे मागं उन्हाळ्यातच खाईवर पडलं कोनाच्या! लेकानं कव्हा उचलून नेलं, तं पत्ता न्हाई लागू देल्ला! आनं हे दुसरं होतं संगीन तं वान्रेराइनं आंब्याच्या घाती नाचून-कुदून फाडून टाकलं.''

''होनं... आता जागल तं इळल्याबिना व्हत न्हाई.'' शंकरनं चिलीम पलट्याजवळ दिली.

चिलमीचा एक लांबलचक झुरका मारून पलट्यानं ती पुन्हा शंकरजवळ दिली आणि तो उभा झाला. तणसीची पेंडी सोडून इळल्यावर आंथरताना त्यानं शंकरला पुसलं, ''कोंची कामदारी चालू हाये तुहीवाली?''

''ह्या वल्यानं कोन्तं काम बनते अज?... कासाचं गवत घ्याव मन्तो कुटारावर झाकाले,'' चिलमीतला छर्रा बाहेर काढून त्याला हातानं पुसत शंकर बोलला.

शंकर निघून गेल्यावर पलट्यानं पुन्हा एक थर सागाच्या पानाचा दिला. त्यावर कासाचं गवत आंथरलं. काचवा घेण्यासाठी तो वाक सोलू लागला. चिरून झाल्यावर नरम येण्यासाठी त्यानं ते पाण्यात भिजवत ठेवले.

आता वाऱ्याची झपट जरा कमी झाली होती. झाडाच्या सावल्यानं आंग टाकलं होतं. अभाळात माहादेवरुखं काळे ढग जमू लागले. दिवस डुबण्याच्या आत इळलं शिवून झालं पाहिजे म्हणून पलट्यानं हातांना गती दिली. मुरत घातलेल्या वाकाच्या तुकड्यांना गाठी मारून त्यानं ते दोरीसारखे लांब करून घेतले.

पलट्यानं काचवा घ्यायला सुरुवात केली. खालच्या सागाच्या दोन फोकाच्या चोफुलीवर इळल्याला छिद्र पाडून त्यात तो वाकाची दोरी घालू लागला. चौफेर बंधनं बांधू लागला. वाकाची दोरी इळल्याभोवताल खिळवू लागला.

असंच काचव्याचं बंधन घेण्यासाठी इळल्याला छिद्र पाडताना त्यानं खालून घातलेल्या हाताची एकाएकी चुनचून आग झाली. खालचा हात वर घेवून पलट्यानं हाताकडं पाहिलं... हाताच्या मधल्या बोटाला रक्त लागलं होतं. गवताची काडी

रुतली असंन, असं वाटून, त्यानं ते रक्ताळलेलं बोट पटकन तोंडात घातलं. एका हातानं वाकाची दोरी सावरू लागला. त्यानं तोंडातून बोट बाहेर काढलं... पुन्हा एक रक्ताचा थेंब बोटावर आला. त्यानं जवळच्याच धुऱ्यावरचा कंबरमोडीचा पाला आणला आणि हातानं चुरगाळून तो बोटावर दाबून धरला.

पलट्या पुन्हा आपल्या कामाकडं वळला. टांगलेला सूर्य भरंभरं खाली सरकत होता. त्यानं पटंपटं बंधनं घेतले. इळलं शिवून झाल्यावर त्याच्या काठावर बाहेर आलेली तणस आणि पानं कुऱ्हाडीनं छाटून काढले. शिवशेजाऱ्याला घडीभऱ्यासाठी हाका मारून त्याच्या मदतीनं त्यानं ते इळलं नेहमीच्या जागी चार बेळ्यांवर ठेवून दिलं. दिवस डुबल्यावर घरी जाण्याआधी तो बराच वेळ त्या इळल्याकडं पाहात राहिला. दिवसभराच्या तानापाजनीनं आजच्या आज इळलं शिवून झालं होतं. त्याच्या चेहऱ्यावर समाधान झळकलं. त्या भरातच जवळ पडलेलं एक लाल रंगाचं फडकं त्यानं एका काडीला झंडीसारखं बांधलं. मग ती झंडीची काडी इळल्याच्या शेंड्यावर खोचून ठेवली. इळल्याला आलेलं देवळाच्या घुमटाचं रूप तो डोळे भरून न्याहाळत राहिला.

लवकरच पलट्याची जागल सुरू झाली. इळल्याखाली त्यानं तीन दगडांची चूल मांडली. पीठाचा पिपा, ताटली, तवा, गोड्या तेलाची शिशी, दाळ-दाण्याच्या गाठोड्या... असं बारीक-सारीक सामान सगळं इळल्याखाली राहुटीला आलं. धुऱ्यावरचे चपटे, गोल असे दोन दगड पाहून त्यांचा उरोरा-पाटा मांडून ठेवला. सांज-सकाळ इळल्यामधून धूपट निघून अभाळाकडं धावू लागलं. इळल्याखाली ठेवलेलं पाण्याचं मडकं येणाऱ्या-जाणाऱ्यांची तहान भागवू लागलं. चारचौघांच्या गप्पा-गोष्टी रमू लागल्या.

पलट्या ढोरा-वासरासाठी धुऱ्यावरचं राखीव गवत कापत होता. त्याच धुऱ्यावर तिकडून पुढून बैल चारत येणाऱ्या शंकरनं त्याला आवाज दिला.

"बयलं-गियलंऽ न्हाई चाराचे का गाऽ बाऽवाऽऽ?"

"बांधले लमचे पळसाच्या धुऱ्यावर चराले. तुनं काहून गा अज सकाळवकाळच सोडलं आऊत?"

"आवताले उशीर केला, तं मंग घरी जावाले अंधार व्हते. रस्त्यानं बरोबर दिसत न्हाई इचवा-काट्याचं." शंकर जराकसा थांबला आणि मग काहीतरी आठवल्यावानी चेहरा करून सांगू लागला -

"तू इळलं शिवत व्हता थ्या दिसी तुह्याजौळून चिलम वढून गेलो कनाई, बावा; तव्हा थ्या आंब्याखालच्या धुऱ्यातून यक चांगला असा-असा सरप बाहीर निघाला... आनं चांगला सवानानं तुह्या इळल्याकडं पळाला. चांगलं दिवसउजेडी व्हये का, गा!"

“केवढाक् व्हता सरप?”

“केव्हढा म्हंजेन्... चांगलं पायाच्या आंगोठ्याएवढं ढगळं व्हतं जनावर. पाह्य बरं, समज इसरभऱ्या पायच पडला असता माहा त्याच्यावर, तं मंग थे केव्हढ्यागत खपली असती?”

“हो नं, बेटं! पर आता कुठं कुठं म्हून लक्ष ठेवावं? सगळीकडं त्याचंच राज हाये!”

“पर मले तं तव्हापासून अंधाराचं भेवच वाटते बा, इचवा-काट्याचं. हो, आपलं भेलं थे पुरोलं!”

पलट्या काहीच न बोलता उगामुगा गवत कापत राहिला. गवत कापून होताच त्यानं त्याच्या आठ-दहा पेंड्या बांधल्या. त्यांचा एक मोठा भारा करून तो रस्त्यावर आणून ठेवला आणि तो भुईमुगाच्या आवडाकडं चालू लागला.

वाऱ्याचा जोर कमी झाला होता. ऊन कललं होतं. त्याचा पिवळेपणा वाढत जाऊन त्यात आता अभाळाची निळाई भिनत चाललेली. सांजच्या झुळकीवर जोंधळ्याचं पान न् पान झोके घेत होतं. ढोरा-वासरानी घराची वाट धरली होती.

भुईमुगाच्या पडाठात आल्यावर पलट्या तासातासानं हिंडू लागला. जागलीमुळं रानडुकराचं चरणं आता बरंच कमी झालं होतं; पण तरीही रात्रीचा डोळा लागल्यावर संधी साधून, ते काना-कोपऱ्यात ताव मारतच होते. मनासांगडा पैशापासरी पैसा लावून वाढवलेल्या पिकाची नासधूस होत होती. आता शेवटचा उपाय म्हणून मधात भुजाडणं उभारून रानडुकरांना आळा बसतो का, ते पाहावं असं पलट्याच्या मनात घोळू लागलं.

कामाची फट पाहून पलट्यानं एक दिवस भुईमूगाच्या वावरात भुजाडणं उभं केलं. जमिनीत रोवलेल्या एका उभ्या लांब काडीला छातीभर उंचीवर दुसरी एक आडवी काडी बांधली. त्या आडव्या काडीवर घरून आणलेली एक फाटकी कमीज अडकवून दिली. उभ्या काडीच्या वरच्या शेंग्यावर एक फुटकं मंडकं उलटं ठेवलं. मडक्याला फाटक्या लुगड्याचा फेटा बांधला. कोळसा अन् गेरू आणून त्यानं मडक्यावर नाक डोळे रेखले. भुजाडण्याच्या हातात एक लांब सोटाही दिला.

भुजाडणं तयार झाल्यावर दोन पावंडं मागं सरून पलट्या त्याला निरखत राहिला... भुजाडणं हुबेहूब माणसासारखंच दिसत होतं. शहाण्या-सुरत्यालाही भूल पडावं असं! वारा आला का भुजाडण्याची उभी काडी हालत होती; त्यामुळं भुजाडणं मागंपुढं व्होये. माणूस हातात सोटा घेवून चालल्यावानी दिसे. पलट्या भुजाडण्याकडं पाहात आपल्याशीच खुदकन् हसला. आपल्याच कारागिरीवर खूश झाला... भुजाडणं आणं मानुस! दोघंबी सारखेच. ह्या भुजाडण्याच्या कुडीत परान टाकला, का झाला त्याचा मानुस! आनं मानसाच्या कुडीतून जीव गेला तं झालं त्याचं भुजाडनं! आता

रानडुक्करं आनं चिटर-पाखरंबी ह्या भुजाडन्याले मानुस समजून चकतीन. खरोखर भिऊन उठून पळतीन... भलाई मालाची नुसकानी होनार न्हाई आता. पर हे असं करून एका अर्थानं ह्या अश्राप पाखरा-कोकराइच्या पोटावर पाय देवून सरापच घेतो आफन. त्याहीनं तरी काय खाव् मंग?...पर मंग आपल्यालेबी तं देवानं मोठं पोटं देल्लं त्याहीच्यापंक्षा. पलट्याचे पाय इळल्याकडं वळले.

एकरोज दोह्यपारचं जेवणखावण झाल्यावर पलट्या घडीभर आंग टाकावं म्हणून इळल्याखाली पडला होता. उयशाखाली हाताची घडी करून कडावर लोटला होता. कानाजवळ येवून बोंबलणारे मुरकुटे हात हालवून, खेदाडून लावत होता. आंगावर तुरतुरणाऱ्या माकोड्यांना दूर फेकत होता. ऊन सनसनून तापत असलेलं. बाहीरचा वारा इळल्याशी टकरा घेत होता. आत अशी गर्मी!

...दरसाली ह्या इळल्याच्या दुरुस्तीसाठी तानापाजन करनं परवडत न्हाई. त्यापंक्षा पुढच्या वर्षी दोन टिना इकत आणाच्या. ह्या इळल्याच्या जागी चार झोडपे गाडून टिनाची खोपडी उभारून टाकाची... विचार करतच पलट्यानं कड बदलवला आणि तो सरळ झाला. एकाएकी त्याचं लक्ष वर इळल्याकडं गेलं... इळल्याच्या बंधनाखाली काहीतरी लोंबत होतं.

पलट्या केवढ्यानंतरी दचकला! जागीच उठून बसला. डोळे वटारून पाहू लागला... काचव्याच्या बंधनात कापसाचा पेळू लोंबावा तसा एक मेलेला सरप लोंबत होता. वाकाच्या बंधनात करकचल्यामुळं त्याची वाळल्या आंब्यासारखी खूल होऊन गेली होती.

पलट्याच्या काळजाचं पाणी पाणी झालं. तो हडबडून गेला. मेलेला सरप इथं इळल्यात कसा? त्याचं मन फडफडलं... यकडाव गाठ मारल्यावर पुन्हा थ्या बंधनात सरप तं खिळू सकत न्हाई... मंग कव्हा गेला असंन मनाव थो? का थ्या दिसीच इळल्याचा काचवा घेता घेता खालून शिरला असंन बंधनात?

सबाकती पलट्याचं लक्ष पुढं गेलं... जोंधळ्याच्या आवडातलं भुजाडणं वाऱ्याच्या झोतानं मागंपुढं हालत होतं. लहान पोरानं खुळखुळा वाजवावा तसे त्याच्या हातातल्या सोट्याचे घुंगरू खुळूखुळू वाजत होते.

पलट्याची छाती जोरानं धडधडू लागली. पुढून जाणाऱ्या आगगाडीसारखं सगळं मागचं-पुढचं त्याच्या डोळ्यांपुढून सरकू लागलं... मांगरोजा बैल चरताना ऐकलेलं शंकरचं बोलणंही आठवलं.

...त्या दिवशी इळलं शिवताना रक्ताळलेलं त्याच्या हाताचं मधातलं बोट त्याच्या नजरंपुढून विजंसारखं झरर्कन चमकून गेलं...!

पलट्याच्या उभ्या आंगावर काटा सरसरला! हाता-पायाचं केस न् केस ताठ झालं... बंधनात अटकल्याबरोबर यानं दुस्मानानं खालून बोटावर गुन तं खरचला

नसंन लेकानं...?

पलट्या पुन्हा पुन्हा हाताच्या बोटाकडं निरखून पाहू लागला. बोटावर बटबट असं काहीच चिन्ह दिसत नव्हतं. फक्त रगत वळल्याची पुसटशी एक काळसर बारीक टिकली तेवढी दिसत होती. त्याचा चेहरा त्या चुबकणीसारखाच काळानिळा होऊ लागला. पलट्या डोळे वटारून एक वेळ हाताच्या बोटाकडं तर एकवेळ वर इळल्याखाली लोंबणाऱ्या सरपाकडं पाहू लागला.

नाना शंकांनी त्याच्या मनात काहूर उठलं. आंगातला सगळा जोरच हटल्यावानी झाला. त्यानं तिथंच बसल्याजागी आंग लोटून दिलं. हायच खाल्ली, बेट्यानं! हातापायातलं चैतन्य कुठच्या कुठं पळून गेलं. मनावरचं दडपण वाढू लागलं. त्या दडपणाखाली तो खोल खोल दबत चालला... त्याला झंडू फुटल्यासारखं वाटू लागलं. त्याची भोंड वाकत चालली.

हाताचं मधातलं बोट आणि इळल्याखाली लटकलेला सरप त्याच्या डोळ्यांत मावेनासा झाला. यात्रंतल्या गोल चक्रासारखं अख्खं इळलं गरगर फिरू लागलं... गडद अंधारात दूर जाणाऱ्या कंदिलाच्या उजेडावानी त्याचे डोळे अंधूक होत गेले...

जोंधळ्यातलं भुजाडणं अजूनही जोराच्या वाऱ्यानं तसंच मागं-पुढं हालत होतं. मान हलवून पलट्याला खिजवत होतं. सोट्याचे घुंगरु खुळूखुळू वाजत होते. आंगातली कमीज फडफडत होती...

'मोहन' दिवाळी ९१

●

गराडा

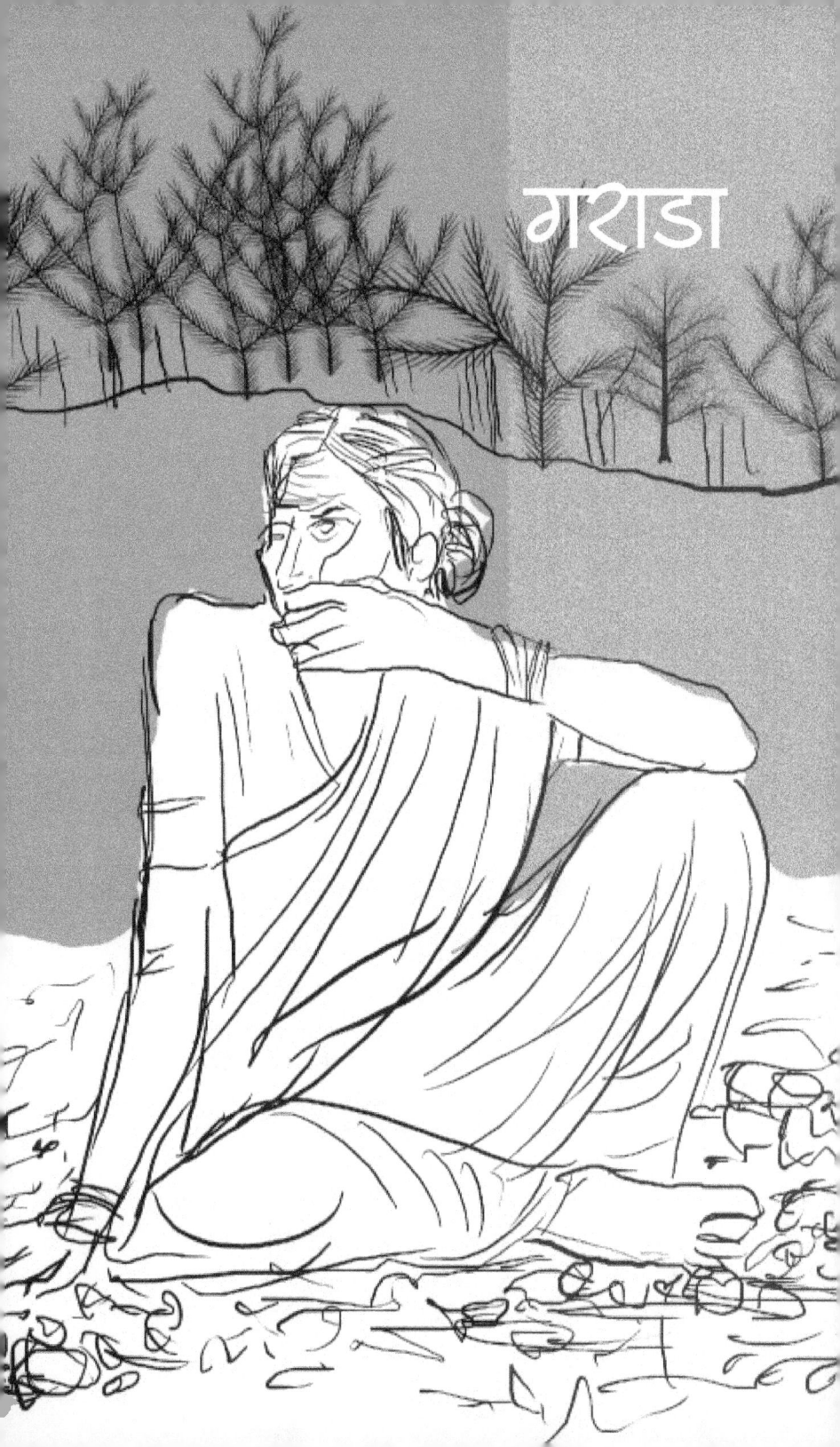

किस्नाईला संपत हा एकटाच लेक. बापाबिगर लहानाचा मोठा झाला. घरी पोटापुरतं बक्कळ होतं. संपतशिवाय खाणारं मागंपुढं कोणीच नव्हतं. लेकाच्या होटावर मिशीची लव आली तसा बुढीनं दोनाचे चार हात करण्यासाठी त्याच्यामागं तगादा लावला; पण संपत काही तिला वर्ग्यास येत नव्हता... त्याच्या मनात निराळाच विचार घोळत होता. कधीकाळी आपल्या उसळणाऱ्या मनाला वाट करून देत होता-

"ह्या कास्तकारीत काहीच ढंग न्हाई राह्यला मां आता. सौ के साठ बनाना न बापका नाम चलाना! पयसा लावतापरीसच फेस येते तोंडाले."

"मंग ह्या बापजाद्याचा धंदा सोडून काय दगडं खासीन का रे बड्ढावरचे?"

संपतचे साथीसोबतीही उठल्या-बसल्या त्याला सल्ला देऊन जात होते -

माह्या मतानं आइकसीन, तं तू पिठाची चक्की लाव, संपत."

"थ्या पिठाच्या गागऱ्यात काय ठेवलं हाये, बे! थ्यापंक्षा किराऱ्याचं दुकान दामदुपट्टीनं इनकम देते मानसाले!"

"मतलं तुमी घरी सापडता का न्हाई..." पोलीस पाटील जेयराम दिवानजीच्या बैठकीकडं येत बोलले, "तुमचं मोठ्या मानसाचं काम न् घडीभर थांब!"

दिवानजीनं घरात जाऊन चहाचं सांगतलं. बाहीर शेतीवाडीच्या लांबलचक गोष्टी सुरू झाल्या. चहापाणी झाल्यावर दिवानजीनं मुद्याला हात घातला.

"काई न्हाई, सबाकती इकडून चाललो होतो... मतलं भेटून घ्यावं."

"न्हाई पर तुमी कामाबिगर गागरा झाडनारे मानसं न्हाईत!"

"तसं न्हाई, पर यक गोस्ट माह्या कानावर उडती उडती आली; तं मतलं तुमच्याजौळ खरंकप्पं करून घ्यावं-"

"कोन्ती गोस्ट?... हून जावू द्या, यक घाव दोन तुकडे!"

"किस्नाबुढीचा संपत झापऱ्यावाली लाभन इकनार हाये मंते?"

"तुमाले कुठून समजलं इतक्या लौक्कर?"

"म्या असंच आइकलं एकांती... खरं काय थे संपत बोलला असंन तुमच्याजौळ."

"तुमचे कान लयच तिखट हाये मनाव... पर तुमी घेता का इकत?"

"तुमचं काय मत हाये? सोयीची होईन का थे आपल्याले?"

"न व्हाआले काय हरकत हाये, बा?"

"बरं, वावराच्या किमती-गिमतीचं काई बोलला का संपत तुमच्याजौळ?"

"अद्याप न्हाई, पर तुमची पोच कुठपावतर हाये? तुमीच लावून टाका किंमत"

पाटलानं फुसक्या आवाजात विचारलं, "चाळीसक हजारापावतर न्हाई जमनार

का?''

"मगं कठीण वाट्टे,'' दिवानजीनं तोंड कडू कडू केलं, "आहोऽ, थे लाभन म्हंजे नुसता कांदा हाये कांदा! कोनीबी साठ-सत्तर देईन डोळे झाकून!''

"बरं... पुढं निचंतीनं बोलू मंग याच्यावर.'' पोलीस पाटलानं रस्ता धरला.

मायला हाशीखुशीत पाहून संपतनं घरी विषय काढला, "मां तुले यक गोस्टं इच्यारू का वं?''

"कोन्ती रे?''

"इच्यारलं, तं हो मनशीन का?''

"मले पटलं तं हो मनीन, सांग-''

"किरान्याचं दुकान लावू का आपल्या बैठकीत?''

"आनं पयसा?''

आपली लाभन इकून टाकाव मन्तो.''

किस्नाई एकदम स्प्रिंगसारखी उसळली, "काय मन्तंऽ? लाभन इकाची! कोनं शेन भरोलं रे हे तुह्या खोपड्यात?''

"तसं न्हाई वं... किराण्याच्या धंद्यात लय कमाई हाये अजकाल.''

"थ्या लाभनीपरस भले आपल्या मायलेचं काहाडनं लेका, इकऱ्या! कमिनाले जराकसी लाजबी नाई वाटत, मी हे कसं मनू म्हूनसन्या!''

या ना त्या परी संपतनं मायला पटवून देण्याचा खूप आटापिटा केला; पण बुढीनं काही त्याची दाळ शिजू दिली नाही. मुळातच संपत तिडकपरमा. बुढीचं बोलणं त्याच्या शेपटावर पाय दिल्यासारकंच झालं!

आपल्या गळाला मासा लागत नसलेला पाहून तो चिडला. विक्रीच्या धुंदीत बोलून गेला, "तू न्हाई इकू देसीन तरी मी इकनारच हाये अज ना उद्या!''

"बरंऽ बरंऽऽ मी बी पाहून घीऽन कसा इकतं तू तं! आनं माहा जीवात जीव हाये तोपावतर कोन्ता सकीचा लाल घेते तुह्यं वावर तं!''

दोन दिवसानं पो. पाटलांचा अवाज पुन्हा दिवानजीच्या हवेलीत दडतलपत फुसफुसला, "आपल्यामागं काहून दिवानजी, अशा अडचनी येतेत, लमच्या पावला पिच्छे? थे खेटगी तं वावरासाठी आता सई न्हाई देत मंते खरं पोराले.''

"थे तं माह्याबी कानावर आलं, बेटं.''

"मगं इक्री कसी व्हाव वावराची? तुमच्याजौळ संपतचं हरदम बसनं-उठनं हाये; म्हून त्याचे आव-इच्यार माहीत राह्यते तुमाले.''

"थे तं झालं मना, पर.''

म्हूनच मले वाट्टे का ह्या वावराभोवतालचा गराडा तुमच्याबिगर काई वलांडता न्हाई येनार आता.''

"थे खरं हाये... पर त्यासाठी तुमाले खर्स जास्त यीऽन इक्रीचा."

"येवू आला तं. थो आफन सोसून टाकू लेकाले."

पुन्ना त्यात इक पंचाईत हाये." दिवानजीतला व्यवहारीपणा बोलला, "सध्या इक्रीची गोस्ट गावभर झाली न्हाई. तसं झालं का मंग ह्या सवदा माहागात पडंन तुमाले. ऊठसूठ कोनीबी गोटा टाकून किंमत वाहाडवून देईन वावराची. यकडावचं हे वाहाडत्या बोलीचं रगत संपतच्या तोंडाले लागलं, का मग त्यालेबी तुमचं साधं अन्न गोड लागनार न्हाई!"

"खरं हाये... लोक काई यकाच रखमीचे न्हाईत गावात. म्हून संपतसारकं वाघाचं पिल्लू हाजी हाजी करून मानसाळनं जरुरी हाये आपल्याले. हे गोस्ट मात्र आपल्या दोघातच राह्यली पाह्यजे, दिवानजी!"

"पर मंग आमचं काय?" दिवानजीनं यक डोळा बारीक केला, "हो, न्हाईतं मंग आपले उगंच कोळशाच्या दलालीत हात काळे!"

"तुमी मनान तसं करू... सवदा सस्त्यात झाला, तं चार-पाच हजार घालू तुमच्या पदरात."

"पर सवद्याच्या किंमतीच्या मानानं बोला जरा-"

"तुमची अपेक्षा कुठपावतर हाये?"

"न्हाई निदान तं दाहक हजार तरी जास्त न्हाई होत मन्तो, बा."

"न्हाई हो... हे जास्तच होते. गरिबाच्या पाठीवर मारा, पोटावर नोका मारू!"

"मगं आमाले कायले गोवता नाहाकचं ह्या लफड्यात? इस-पंचीस हजार जास्त देवून तुमीच उरकून टाका ह्या सवदा आपल्या हातानं!"

दिवानजीनं हात झटकले, तसे पाटील पुन्हा डोकं खाजवत बोलले, "बऽरं... तुमची भूक भागवून टाकू लेकाले!"

संपतनं कटकट झाल्या दिवसापासून मायसंगं बोलणंच टाकलं. रातंदिस किस्नाईनं लेकाच्या वागण्याचा अन् लाभनीचाच ध्यास घेतला होता. धड जेवत नव्हती, का झोपत नव्हती. पोरगं लहानपनापासून लाडात वाढलेलं... उधळ्या अन् जिद्दी स्वभावाचं. एकडाव मनात धरलेली गोष्ट केल्याबिगर राहात न्हाई. अजवर कव्हा त्याच्या पाठीवर पाचा बोटाची चापट म्हून मारली न्हाई. त्यात संगतीगुनं त्यानं असा वावर इकाचा ध्यास घेतलेला... पण त्याच्याकडून काटकसरीनं राहणं होणार नाही हेही किस्नाई जाणून होती.

सकाळीसच संपतचा चुलत चुलता घरी येऊन सांगू लागला, "भाबी, तुले यक निरंप हाये बा- तुह्या लेकाचा."

"कायचा निरंप व्हये, बाप्पा?"

"थो मने का मायनं वावर इकाले सई न्हाई देल्ली तं मी तिचा लेक न्हाई, आनं

थे माही माय न्हाई!''

"आत्ता कसं कराव माय, ह्या फोकन्याचं!'' तिच्या डोळ्याला धाराच लागल्या.

"पुन्ना मनत व्हता, का आव-डाव पाहूनसन्या जहर घीऽन म्हून!''

किस्नाईचा जीव दुग्ध्यात पडला... सई नाई देल्ली तं पोटचा गोळा अंतरते; आणं सई देल्ली तं पोटाची भाकर जाते. मंग पुढं कोनाच्या तोंडाकडं पाहाव लेक आफन?... तिला अन्नच गोड लागत नव्हतं.

पो. पाटलाचे पाय सकाळ-सांजंला दिवानजीच्या हवेलीकडं वळू लागले. बशीतल्या चाहात फुका मारताना आवइच्यार बाहीर येऊ लागले, "कसं दिवानजी, काय मंतेत आपले संपतराव? कितीपावतर सोडाची हाये मंते लाभन?''

"पासट हजाराच्या कमी न्हाई इकाची मंते बा, थो.''

"आहो, ह्या लिल्लावाचाच आकडा झाला. काईतरी घरगुती बोला मना!''

"पाहा ब्बा आता-''

"तुमीच सलवा आता त्याले दिवानजी. यवढं हे तुमी जमून देल्लं, तं तुमचे पुतने दुवा देतीन तुमाले.''

"मी आता आखरीची मर्यादा बोलू का? पंचावनपावतर खाली येऊ सकते थो. त्याच्याखाली कवडीबी घेणार न्हाई. पाहा तुमाले पटते का तं.''

"आता अडल्याले हाती-पायी धराच लागंनं. बरं, इक्री कव्हा कराची मंता?''

"तुमी मनान तव्हा.''

"पुन्ना थ्या खेटगीच्या सईची भानगड-''

"तुमी थ्या बाबतीत बिनघोर राहा.'' दिवानजीनं दिलासा दिला, "फक्त संपतचे इसाराचे दहा आनं आमच्या खटपटीचे दाहा तेवढे देवून टाका आता तवरूत.''

कंडाक्टरनं तिकिटाचे पुडके काढावेत तसे पाटलानं दुपट्ट्यात गुंडाळून आणलेले नोटांचे पंधरा-वीस पुठ्ठलं बाहीर काढले. मोजून दिवानजीच्या हाती देत बोलले, "हे घ्या नगदी इस हजार.''

मग बायकोचा; सोन्याच्या भांड्यांचा डबा दिवानजीपुढं उघडून ठेवत म्हणाले- "आनं हे बाकीचे ह्या भांड्यातून काढून घ्या पंचेचाळीस. हो, कव्हाबी द्याऽच लागते.''

पितळी डब्यातले भांडे खालवर करून पाहात दिवानजी खासगीत बोलावं तसे बोलले, "अन् हे पाहा पाटील, यवढ्यात सवदा झाला म्हून बोलू नोका कोनाजौळ. सस्त्यात वावर गिळलं म्हून लोक उगंच बोटं मोडतीन आपल्या नावानं!''

संपतचं घरातलं विपरीत वागणं पाहून किस्नाईचा जीव अधांतरी झाला होता. त्याला कसं समजवावं, तिचं तिलाच कळत नव्हतं. ती नुसती मुक्या गाईवानी तोंडाला कुलूप लावून बसली. एकटीच मनाशी झुरू लागली... घराजवळच्या

आया-बाया मुद्दाम बोटं घालू लागल्या.

"कावं आत्याबाई, माह्या कानावर आलं थे खरं हाये कावं?"

"कायचं वं?"

"लाभन इकल्या काहाडली मंते संपतबाप्पुनं."

किस्नाई मनाविरुद्ध मोड मारायची, कुठं वं? गंजावर झाकन ठेवनं व्हईन बिचारे, पर लोकाइच्या तोंडावर थोडंच ठिवता येते माय!"

"आवं, पर वारा आल्याबिगर पान नाई हालत, मावले!"

"आता माह्यं नसीबच फाटलं त्याले काय करू, माय बह्यनी?"

कव्हा कव्हा राखंडखाली धुमसत असलेल्या निव्यावानी तिच्या मनातला राग चटके देत होता - "थ्या बाबल्लीच्याइचे मढे जावोत - माह्या पोराले फितवनाऱ्याइचे! दुस्मानाइचं कव्हा बरं नाई व्हनार! माहा रांडी-मुंडीचा सराप लगंन समद्याइले!"

"आवं, पर तुह्या लेकाले नाई समजाव का आपलं भलंबुरं? का लहान हाये थो?"

"तिथंच तं माहा डोंगा डुबला वं मावले. आपलाच दाम खोटा आनं परायावर झगडा मोठा! ह्या फोकन्याच्याच डोळ्यात धुंदी खेळते सारी. घालक घातलं माय, कोन्या लेह्यडीच्यानं याले. माहा पोरगं घटकाभर नाई राहे व मायाबिगर पह्यले; आनं अज पंधरा दिस झाले दातंकनी नाई फोडली ह्या वैऱ्यानं!"

मधातच तिच्या जुण्या आठवणीबी उसळून येत होत्या... "त्याहीच्या काळात कसं राज व्हतं वं, पह्यले? आता सारं वाटोळं करते ह्या दुस्मान! संपती व्हती तव्हा बसाले मेना आना संपती सरली तं निदाले जाना असी गत व्हईन माय आता माही!" तिचा असा उमाळा डोळ्याचे फोतरं जड होईपावतर सारखा सुरू राहत होता. विचार करून करून डोक्याचा नुसता किडा झाला होता.

"...अयं बयऽऽ... किस्नाबयऽ हाये कावं घरात?"

"कोन व्हये रे? किस्नाईनं बाहीर येत पुसलं.

ग्रामपंचायतीच्या कामावरचं पोरगं दाठ्यात उभं होतं. "तुले गरामपंचायतीत बलावते लौक्कर."

"कायले रे?"

"काजीनं बा. थे नाई सांगतलं मले."

किस्नाई लकस-पकस करत पंचायतीच्या आफिसात आली. मंधातल्या खुर्चीवर जेयराम दिवानजी पेपर वाचत बसले होते. रजिस्टरवर काहीतरी खरडत असलेल्या चपराशाला तिनं विचारलं, "कायले बलावलं जी, तुमी मले?"

"हे घरपट्टी भरली संपतभाऊनं. त्याची रसीद न्याआले बलावलं तुले."

त्याच्याजौळच कावून नाई देल्ली बापा, थे? त्याले सईबी करता येते.''

''तसं न्हाई वो. घर कोनाच्या नावावर आहे? त्याच्या का तुह्या?''

''माह्याच नावी असंन-''

''मंग घरपावतीवर सई कोनाची लागंन, तूच सांग बरं-'' असं म्हणून चपराशानं आंगोठ्यासाठी प्याड पुढं केला, ''घे. आंगोठा कर इथं- पावती मिळाल्याचा.''

पुढल्या दुमडलेल्या कागदावर आंगोठा लावताना किस्नाईनं मनातली शंका पुसून घेतली, ''पर आजपावतर तं माह्या आंगोठ्याची गरज न्हाई पडली जी?''

''तुमची घरपट्टी भरलीच कुठं अजपावतर?''

''म्हंजे... संपतनं -?'' तिचं तोंड खुलं राहिलं.

''मी काय सांगू बा, थे? पोराले इच्यारा तुमी आपल्या.'' त्यानं तिच्या हाती लाल चिटोरा दिला.

किस्नाई घराकडं वळली... दिवानजीनं खिशातलं नोटाचं बंडल काढून चपराशाच्या हातात दुमडलं.

गेल्या चार-पाच दिवसांपासून संपतचा घरात पायच नव्हता. गावी गेला अन् गवार झाला. त्याचा चुलताही गावात दिसत नव्हता. कुठं गेले याचा थांगपत्ताच नव्हता मुळी. कोणी तालुक्याले गेल्याचं बोलत होतं; कोणी तो साथी-सोबत्यांबरोबर नाप्पुरच्या होटलात दिसल्याचं सांगत होतं. सिनिम्याच्या थेटरात आफन त्याच्याशी बोलल्याचा निरोप घेऊन कोणी येत होतं.

किस्नाईचा जीव लेकासाठी तीळ तीळ तुटत होता. पोराचे निराळे चिन्ह पाहून तिच्या मनात नाही नाही ते येऊन जात होतं. अबोला पडला अन् परपंच अडला, अशी तिची गत झाली. ती एकटीच घुसमटू लागली.

घरी जीव रमेनासा झाला म्हणून ती हाती पलाणं घेऊन लाभनीत आली... दोघं-चौघं गडीमाणसं लाभनीभोवती कुपा-काढीचा भोवताल गराडा टाकत होते. किस्नाईच्या हातचा सडलेला कुपाचा गराडा त्यांनी काढून फेकला होता.

जवळ जावून तिनं पुसलं, ''तुमाले कोनं सांगतलं रे, गराडा टाकाले?''

''कोनं म्हंजे?... पुलूस पाटलानं!''

''आवं, माय! त्याले असी कोन्ती उरक आली इथं-माह्या वावरात गराडा घालाची?''

''बाप्पा! तुमाले ठाऊकच न्हाई बयजी, पाटलानं हे वावर संपतभौजौळून चाळीस हजाराले इकत घेतलं तं?''

किस्नाईच्या काळजाचा तुकडाच पडला जसा. घडीभर तिचा विश्वासच बसला नाही.

''कोन सांगतलं रे, तुमाले?''

“दुसरं कोनं सांगनं, बयजी? पाटलानंच इस्टाम्प दाखोला मले,” त्यातला कारभारी बोलला, “पर बयजी, तुमी तं बेमार हाये म्हून इस्टाम्पावर आंगोठा हाये तुमचा.”

तिचं कपाळ भट्टीतून काढलेल्या लोखंडावानी गरम झालं. तिची मतीच गुंग झाली. असं कसं झालं असंन मनाव् हे?... आखरी केलंच दुस्मानानं जल्माचं वाटोळं. निर्बुद्दाले बुद्दी थोडी अन् म्हईस इकून घेतली घोडी! यवढी साजरी हत्तीच्या मस्तकावानी काळीभोर जिमीन घातली लेकानं दुस्मानाच्या घशात!”

तिचं डोकं फिरल्यावानी झालं. ती तशीच चालत लाभनीच्या माथ्यावरल्या गोलाकडं आली आणं कपाळ धरून बसली. उकळलेल्या पाण्यातून यावेत तसे तिच्या तोंडातून सितासरापाचे बुडबुडे बाहेर पडू लागले...

“ज्याहीनं माह्यं वाटोळं केलं त्याहीले ह्या लाभनीतलं अनपानी कव्हाच लाभी नाई व्हनार! रीठ पडंन दुस्मानाइचं! माह्या पोटाची भाकर हिसकनाऱ्याचा खाना खराब व्हईन सम्दा!”

आतापावतर तुंबवून धरलेल्या किस्नाईच्या दोन्ही डोहाचं पाणी अवघ्या लाभनीला चिप्प भिजवत होतं...

गोमन्तकालिका

●

उपास

जिकडं तिकडं निंदाईचा मोसम सुरू होता. मजुरांची चणचण; त्यामुळं महिपतरावांनी त्यांच्या पाथीवर असलेल्या माहादेव आणि गवतम ह्या रोजदारांनाच जोंधळ्याच्या आवडात पाठवलं होतं. जवळजवळचे तासं घेवून ते निंदत होते. अवघ्या वावरात दोघंच दोघं. चौफेर गोष्टी सुरू होत्या. इकडल्या-तिकडल्या लाफा रंगात आल्या होत्या. माहादेवनं हराळीच्या बुडावर इळ्याची टोचणी मारली आणि मागं पलटून सबाकती बोलला, "गवतम्या, आता अस्टमीबिगर काई पुरन खाऽले भेटनार न्हाई, लमचं..."

"अस्टमीले पुरन करते का बेटं तुमच्या घरी?"

"हो, काहून तुह्या घरी न्हाई करत का?"

"नाय बा. आमच्या घरी अस्टमीचा सनच नाय करत."

"ऑ! अस्टमीचा यवढा मोठा सन न्हाई करत तुमी लोकं? काहून, बेटं? काई देवधरम-"

"तुमचे देव नाय मानत आमी."

"मंग कोन्ते देव मानता?"

"फुले-आंबेडकरबाबा आनं बुद्धावर सरद्‌धा हाय आमची."

"वा रे, वा! सरद्‌धा असली म्हून का थे देव झाले का बेटे?"

"देव असाचा आनं नसाचा काई समंदच नाय. सरद्‌धा असली म्हंजे झालं कोनावरतरी."

"आरेऽपर बह्यताडा, सरद्‌धा आनं देव याच्यात केव्हढं मोठं अंतर हाये!"

"तसं नाय, लय वर्सापासून जर लोक यकाच मानसावर सरद्‌धा ठेवत गेले, तं पुढच्या पिढ्या थ्या मानसाले देवच मानते काई वर्सानं," गवतम माहादेवला पटवून सांगू लागला, "आता हेच पाहा, थ्याकाळच्या लोकाइची थ्या क्रिस्नावरबी यक चांगला मानूस मनूनच सरद्‌धा असंन. पुढं जसाजसा काळ गेला तसा थो लोकाइले देवासारखा म्हंजे देवच वाटत गेला. फुले आणंनं बाबासायबाचंबी तसंच."

"मोठ्ठा श्यानाच हायेस तू! जसं तुले यकट्यालेच मालूम हाये सारं...!" माहादेव उसळून बोलला, "मंग का थ्या हरिइजेयात शिरीकुस्न परमेसराचा अवतार हाये म्हून सांगतलं, थे सारं खोटंच हाये का?"

"खोटं हाये असं कोन मंते? पर क्रिस्न झाल्यावर कितीतरी वर्सानं हरिइजय लेह्यला असंन... आनं पुरानात कवीचं लाघवबी राह्यते काई."

"हो, हो! आनं तुहं न्हाई लाघव? छट्टाकभर पोट्टं न्हाई, तं सिक्कोते बेटं मले!"

त्याचा राग निघावा म्हणून गवतमनं गोष्ट बदलवली, "हं राहू द्या थे आता

पुरनाचं पुरान. चाला उठा बरं. पोटात कावळे बोंबलून राह्यले आता. ह्या वादावादीनं पोट नाय भरनार आपलं!''

दोघंही पाथीवरून उठले. कमरंला गुंडाळलेले पालव सोडले. हात-तोंड धुतलं. माहादेव भाकर आणण्यासाठी धुऱ्यावर गेला... पण मघाशी स्वतःच्या हातानं ठेवलेली भाकर आता तिथं दिसत नव्हती. तो आजूबाजूला पाहू लागला.

''काहून, जी? या नं लवकर जेवाले, '' गवतमनं भाकरीची गाठ सोडली.

''आबे, पर माही भाकर कुठं गेली? दिसत न्हाई नं इथं-''

''काहून, कोनं नेली?'' गवतम जागचा उठून त्याच्याजवळ आला. धुऱ्यावरची भाकर धुंडाळू लागला; पण भाकर दिसतच नव्हती. उपवल्यावानी गायप झाली होती.

गवतम पिशाबीसाठी झुडपाआड गेला. बसल्या बसल्या त्याचं लक्ष झुडुपाच्या बुडाशी पडलेल्या पालवाकडं गेलं. तो पालवाजवळ गेला. तिथं जवळच एक चपटा डबा आणं भाकरीचा चतकोर तुकडा सापडला. पालव अर्ध्यातून कातरलेला होता. त्यानं तो माहादेवला दाखवत म्हटलं, ''ह्या पाहा बरं, डब्बा आनं पालो सापडला इथं.''

त्याच्या हातातल्या वाटी-पालवावर झडप घातल्यावानी करत माहादेव बोलला, ''अरे! इथं कसा आला ह्या? इथच्या कुत्र्याचे धंदे व्हयेत हे बेक्कूफ साले! मानुस नेयमी कोरकुटका टाकत राह्यते हरामखोराले. तरी लेकाची नेत साफ न्हाई! आता दिसू दे त्याले; पेडसतो चांगलं!''

सकाळपासूनच्या कामामुळं माहादेव भुकीजून गेला होता. वाटी-पालवाचा अवतार पाहून त्याचा चेहरा उतरल्यासारखा झाला. पोटातला वणवा चेहऱ्यावर उमटून आला... भुकंची नुसती खाई उसळली होती.

''तुमी फिकर नोका करू. मिनं आनलेली भाकर हाय. थे खाऊ अर्धी अर्धी.''

''न्हाई, तूच खाऊन घे तुही भाकर.'' माहादेव यकदम बोलला, ''मी जेवीन आता यकदम संच्यापायरी.''

''मी जेवीन, आणं तुमी तसेच कोह्य् कोह्य् करत उपासी राहान, तं थे कसं जमंन?...मापली अडान्याची गोस्ट आयका-''

''न्हाई, पर मले आता जेवाचंच न्हाई,'' माहादेवनं कडू कडू तोंड केलं.

''पाहा बरं... आपली आन हाये तुमाले,'' गवतमनं माहादेवचं मनगट धरलं, ''चाला, या बरं... आमी लोक काई मासमच्छी नाय खात आता.''

''न्हाई मनलं नं बे, गवतम्या तुले!'' झुरळ झटकावं तसा त्याचा हात झटकून माहादेव डाफरला, ''मले न्हाई चालत तुह्याघरची भाकर! तू खाऊन घे आपली!''

गवतमच्या हाताला चटकाच बसला! विस्तव झोंबल्यासारखा त्यानं आपला

हात चटकन मागं घेतला. त्याला मेल्याहून मेल्यासारखं झालं. कोन्या मोह्यतिरी याले आफन जेवाचा आग्रह केला, असं त्याला होवून गेलं. दूध पाजताना सरपानं डंख मारावा तसंच झालं!

गवतम एकटाच जेवू लागला; पण त्याचा घासच घशाखाली जात नव्हता. तणकटाच्या बुडात बसणाऱ्या इळ्यासारखे माहादेवचे बोल त्याच्या मस्तकात टोचू लागले... तो एकेक घास नुसताच तोंडात घोळवत राहिला.

माहादेवनं झुडुपाखाली सापडलेला वाटीपालव सोडला. त्यातल्या चतकोर भाकरीच्या तुकड्यावर त्याची नजर खिळून राहिली... पाहता पाहता पोटातल्या भुकीचा आगडोंब चहाच्या उकळीसारखा वरवर उसळू लागला. त्यानं सहज चाळा म्हणून कुत्र्यानं अर्धवट खाल्लेल्या भाकरीचे काठ हातानं काढून टाकले. चिकट तोंडाला पाणी सुटलं... अखेर त्याला राहवलं नाही. वाटी-पालव घेवून तो झुडुपाआड झाला... तिकडून आल्यावर ढकंढकं पाणी पेवू लागला.

जवळच जेवत बसलेल्या गवतमच्या नजरंतून हे सुटलं नाही... माहादेवले कुत्र्याची उष्टी भाकर चालते; पण आपली सुदी भाकर चालत नाय! काहून? आफन महार म्हून? आफन का थ्या कुत्र्यांपक्षा निपटाळे झालो का? काहून असे खाली पाहात असंन हे लोक आपल्याले? तरी बरं, ह्या माहादेव कोनी भटबामन नाय! अजपावतर त्यानं त्याच्या भाकरीवरचं कायबी देल्लं आपल्याले तरी मुटूमुटू खाऊन घेत व्हतो आफन. मंग आपल्या भाकरीवरचं त्यानं काहून खाल्लं नसंन?... काहून असं अन्नाले झिडकारलं असंन?

जेवण झाल्यावर गवतम पुन्हा कामाला लागला. कुडीतला जीव गेल्यावानी माहादेवच्या जोडीनं निंदू लागला. पहिल्यासारखं कामात लक्षच लागत नव्हतं. मनात येत होतं... अन्न तं साऱ्याघरचं यकच हाय. त्याच्यात कोनता दोस आला? मंग मानसं आपला सोताचा दोस ह्या अश्राप अन्नावर काहून लावत असंन मनाव्?... त्याचं डोकं सुन्न झालं.

मालाला निंदणा-डवरणाचे फेर बसले. पिकाचं तास न् तास, फणीनं डोक्याचे केस विंचरावेत तसं दिसू लागलं. रोपट्या-रोपट्याला जोम आला. नव्या चालीचे डाखळे मस्तीनं डोलू लागले. धिरे-धिरे निंदणा-खुरपणाची भाऊगर्दी कमी झाली. मजुरांची मजुरी तोडता-तोडता डबघाईस आलेल्या किरसानाच्या जिवात जीव आला. हंगामामुळं मजुरांच्या खिशातही चार-दोन पैसे शिल्लक पडले. शिलकीच्या बळावर तेही चैनीचं स्वप्नं रंगवू लागले.

असंच एक दिवस गवतम अन् माहादेव डवऱ्याच्या जाळीनं भुईमूंग गाढी लावत होते. तिसऱ्यापारी जेवणाची वेळ होताच त्यांनी जाळी थांबवली. गवतम इळल्यावरची भाकर पाहू लागला. भाकर तिथं नाही म्हणून त्यानं माहादेवला पुसलं,

“मंघासी बायाइनं भाकर आनली व्हती नं जी मापली?”

“कोजीनं बा. जा, इच्यारून पाह्य थ्या बायाइले-”

गवतम माळव्यातल्या मिरच्या निंदणाऱ्या बायांजवळ जावून विचारू लागला-

“मापली भाकर नाय आनली काजी अज, वयनी तुमी?”

“मालधन्याच्या घरी जमा झाल्या तेवढ्या भाकरी आनल्या बाप्पा आमी.”

“मापली भाकर न्होती का तिथं?”

“नाई. तुह्या मायनं आणूनच नसंन देल्ली घरी,” डाखोळ्याच्या बायकोनं अंदाज बांधला.

“मंग माहादेवभाऊची भाकर कोनं आनली?”

“म्याच आपली त्याच्या घरून.” चवधरीन बोलली.

“मगं आपली भाकर काहून न्हाई आनली - माह्या घरून?”

“इतल्या दूर आमी कायले जाव तिकडं तुह्या घरी? तुह्या मायचे तंगडे मोडतेत का - मालधन्याच्या घरी भाकर आनून द्याऽसाठी?”

त्याच्या वर्मी घाव बसला! तो माहादेवजवळ आला. भदाडाजवळ जावून घटंघटं पाणी पेवू लागला.

“काहून रे, पाणी पिवून राह्यला उपास्यापोटी?” माहादेवनं त्याला हटकलं, “तुही भाकर नसंन आनली तं माह्याजौळ हाये नं हे सावटीसुवटी.”

“सकायीस न्याहारी केली व्हती मिनं... तुमी घ्या जेवून.”

“दोघंजनं अरामात सपादतो आफन-यवढ्या भाकरीत. चाल, रे बरं.”

“नाय. मले तुमची भाकर चालत नाय,” तो निर्धारानं बोलला.

“माह्याघरची भाकर तुले न चालाले काय झालं रे? असा कोन वानी-बामन लागून गेला तू!”

“वानी-बामनाचा सवालच नाय.”

“मंग काय झालं तं?”

“मले नाय खावाची तुमच्या घरची भाकर.”

“आरे, पर कारन तं समजू दे मले... अजपावतर तुले माह्या भाकरीचा इटाळ पडत न्होता आनं आत्ताचं-”

“मागंरोजा तुमची भाकर कुत्र्यानं खाल्ली तव्हा मिनं देल्लेली भाकर तुमाले चालत न्हौती, मंग आता तुमच्याघरची भाकर कसी चालन मले?”

“माही गोस्टं निराळी हाये! पर गवाऱ्याच्या घरच्या अन्नानं माहार बाटले व्हते का कव्हा?”

“बाप्पा! माह्या घरच्या भाकरीनं थ्या दिसी तुमी बाटत व्हते आनं आता मी नाय बाटणार का तुमच्या घरच्या भाकरीनं?”

"खासीन तं खा, न्हाई तं सरक लेका, तिकडं!" माहादेव घुश्शात बोलला.

गवतमनं मग मुद्दामच वादावादी वाढवली नाही.

माहादेवचं जेवण होताच दोघंही पुन्हा भुईमूग डवरू लागले. मागं राहणाऱ्या बैलाला जोरानं दपटू लागले. तुत्यानं टोचू लागले. संध्याकाळपावतर सगळा भुईमूंग डवरून झाला पाहिजे म्हणून त्यांनी पाय उरकोता घेतला. विकत घेतलेला माहादेवच्या बाजूचा बैल मात्र जरा मागं रेंगाळत होता. त्याला तुत्यानं टोचत माहादेवनं धमकावलं, "झिऽयेऽऽ अज तं ह्या माह्यऱ्या पायच मोजून राह्यला जसा लमचा...!"

चालता चालता भराटीचा काटा आरपार घुसावा तसा गवतम थबकला. दुखावल्याशिरी बोलला, "थ्या बयलाले दुसरं कोन्तं नावच नाय का बेटं? ...सदानकदा माह्यऱ्या, माह्यऱ्या करता."

"मी त्याले अजच मन्तो कारे?...थो बईल लख्या माहाराजौळचा इकत घेतलेला व्हये म्हून मी त्याले नेयमीच मन्तो माहऱ्या."

"पर असं जातीवरून नाव ठेवनं बरोबर नाय!"

"पर तुले काहून झोंबली, बा! म्या काई तुले मन्लं का?... तू मातर आखरी गेला आपल्या जातीवरच!"

"हे पाहा, जातीवर जावून नाव-बोटं ठेवू नोका!" गवतम उसळला. "पह्यले दिवस नाय राह्यले आता-कमरीले मडके बांधाचे! आता आमालेबी सिकून-सवरून समज आली. आता तुमचे गुलाम नाय राह्यलो काई आमी!"

"जा, जा रे! मोठ्ठा श्यायनाचा आला हाये. ग्यान सांगनारा! दिसभर थ्या बाबासायब आनं बुद्धाच्या गोस्टी सांगत बसतं, झालं!... अशा गोस्टी केल्यानं पोट न्हाई भरत मानसाचं."

गवतमचा चेहरा बरडावरच्या मातीसारखा तांबडालाल झाला. डोळ्यांत आगट्या पेटल्या. संतापाच्या भरात तो उभा थरथरू लागला... 'हे पाहा, आतापावतर तुमाले आबा-जाबा बोललो नाय मी तोंडाच्या आवडीनं. तुमी मले सोताले कायबी बोला; पर थ्या बाबासायेब आनं बुद्धासारक्या देवमानसाले नांव ठेवानं, तं बरं होनार नाय! हो, मी आत्ताच सांगून ठेवतो!... मी त्याहीच्या गोस्टी सांगतो तं तुमी काहून बा नाक खुपसता माह्या गोस्टीत? त्याहीनं आमचं भलं केलं, तं आमी त्याहीच्या गोस्टी मरेपावतर करनारच हाये!"

गवतम निर्धारानं बोलला... आणं हातातला बैलाचा दोर, तुत्याची काडी त्यानं झटक्यानं खाली टाकली. माहादेवच्या बोलण्याची वाट न पाहताच तरंतरं चालत मिरचीच्या माळव्याकडं निघून आला. बायांनी निंदलेल्या मिरचीत गवताचे मोठ-मोठे पुंजाणे जमा झाले होते. आधल्या दिवशी उपडून पुंजाण्यावर टाकलेलं गवत रातच्या शिरव्यानं पुन्हा जिगारलं होतं. आंगातल्या हिरवेपणानं जिवंतच राहिलं होतं. गवतम

संगळलेले पुंजाणे धुऱ्यावर नेवून फेकू लागला. मनात आलं... हे तनकट पुन्ना पुन्ना मुळासकट उपडूनबी मरत नाय. त्याची वाढ खुट्टत नाय. एखांद्या पान्याच्या शिरव्यानं मुळ्या पुन्ना जिमिनीत जावून नव्या जोमानं वाढतेत. धुडलेले पाते नवे शेंडे काहाडतेत. तसंच आपलंबी. ह्या भोवतालच्या वरिष्ठ लोकाइनं आपल्याले समाजासकट संवसाराच्या मातीतून खुडून घेतलं. कव्हा मुळासगटच उपडून टाकलं. आपल्या भावना देवा-धरमाच्या नावाखाली ठेसून काहाडल्या. कव्हा कव्हा तं आपल्याच जातभाईच्या इळ्यानं आपली मान कापली. तरीबी आफन नेटानं वाहाडतच राह्यलो ह्या गवतावानी. शिक्शनाच्या शिरव्यानं, जगन्याच्या आशेनं मोठं झालो. दुःख भोगून भोगून तेजाळत गेलो... नवकरीसाठी शेयरात राह्यनाऱ्या आपल्या मोठ्या भावानं बाबासायबाचे पुस्तकं वाचाले देवून, जुलमाले इरोध कराची समज आपल्याले देल्ली नसती, तं आफन अजूनबी तसेच अडानी राह्यलो असतो. पार कालवन करून टाकलं असतं ह्या लोकाइनं आपलया जल्माचं.

दिवस बुडत होता. उद्या पुन्हा नव्यानं उगवण्यासाठी सूर्य डोंगराच्या आसऱ्याला जात होता. अंधारल्यावर गवतमनं हातचं काम टाकलं आणि तो गावाकडं निघाला.

रस्त्यानं सारं चिडीचूप झालं होतं. पांधणीत अंधार मावत नव्हता. रस्त्याच्या काठावरच्या बोरी-भराटी कुपासाठी छाटल्यानं रस्ताभर काटेच काटे झाले होते... रस्त्यावरचे दगड-काटे चुकवत तो गाव जवळ करत होता.

त्या दिवशी त्याला कामाला जायला जरा उशीरच झाला होता. आंग धुवून तो आंगणात भांग करत होता... पुढं धरलेल्या आरशाच्या टिकरावर गपकन सावली पडली,

"गवतम्या, झालंच न्हाई का रे अद्याप तुहं?... सारे रोजदार तिकडं रस्त्यानं लागले आनं तुहा साटा-सवाराच व्हाऽचा हाये."

"हे काय जी, झालंच आता. उभे काहून असे... या, सुपारी तरी घ्या गरिबाघरची." गवतमनं बसण्यासाठी घरातून पाट आणला.

"राहू दे. आत्ताच खाल्ली म्या सुपारी... तोंडातच हाये."

महिपतराव पानाच्या पेवलीकडं पाठ फिरवून घाईनं पलटले. रस्त्यानं लागले. त्यांच्या तोंडात सुपारी नव्हती हे गवतमच्या तेव्हाच लक्षात आलं होतं. पुन्हा रस्त्यानं जाताना गोम्याच्या कोंट्याजवळ खिशातली सुपारी काढून त्यांनी तोंडात टाकली... गवतम नुसता त्यांना पाठमोरं पाहात उभा राहिला. काहून टाळत असंन हे लोक आपल्याले असे? हे जात आपल्या पाठीमागं चिकटली हाये म्हून? जर मायच्या गरभातच आफन आपली जात जानली असती आनं तव्हाच एखांद्या वरिस्ठ मायच्या पोटात शिरता आलं असतं तं. चालता चालताच गवतमच्या आंगोठ्याला ठेस लागली... भळंभळं रगत वाहू लागलं.

गवतम महिपतरावांच्या आवारात शिरला. ते पडवीतल्या खाटंवर बसून चहा पेत होते. गवतमनं कोठ्यात खाली टाकलेल्या गवताच्या भाऱ्याचा धपकन आवाज ऐकून त्यांनी विचारलं, "गवतम्या व्हये का, रे? झाला भुईमूंग?"

गवतम पुढं येवून बोलला, "अर्धा झाला."

"अर्धाच झाला? पानी न्हाई, पाऊस न्हाई आनं दिवसभऱ्यात अर्धाच झाला मंतं?"

गवतम पडवीत येत बोलला... "मिनं अर्ध्या पारगीपासून मिरचीले पुंजाणे फेकले मंग."

"डवराचं सोडून मिरचीतले पुंजाने फेकले? तुहंबी काई समजत न्हाई मले!"

"..."

"काय झालं तं सांगतबी न्हाई... तोंड सिवलं हाये का बे तुहं?"

"मले थ्या माहादेवसंगं काम नाय कराचं आता!"

"काहून रे, झगडा-बिगडा झाला का त्याच्यासंगं?" महिपतरावांनी चहात फूक मारत विचारलं.

"तसंच समजा."

"आबे, गुन्हा तं तुहाच हाये मन्ते... पर आता थो यकटा गडी कितीक डवरनं असा यका डवऱ्यानं?"

"मी सक्कायीस जावून राह्यलेलं डवरून देईन उद्या यकटाच."

एवढ्यात महिपतरावांच्या लहान पोरानं जोत्यावर बसलेल्या गवतमपुढं चहाची बशी धरली. गवतम आडवी मान हालवत बोलला, "मी नाय घेत."

"काहून रे, घेनं." महिपतरावांनी शिर हालवलं.

"...नाय."

"काय झालं बे, आता? ...येरी तं घेत होता."

"च्याहा सोडल मिनं कालपासून."

"घे उलिकसा. जान-जवान मानसाले काय होते, बे?... का फुक्कटचा भेट्टे तं चवना करतं!"

गवतमच्या कालजाला डागणी बसली. गमती गमतीचा निकूर झाला!

"चवना कायच्या बा? काहून असे घालून-पाडून बोलता?"

"तं मंग तू काहून थ्या नासुकल्या च्याहासाठी भाव खाऊन राह्यला?"

"मी कायले भाव खाऊ? तुमाले देल्ला तं तुमी प्याऽनं का मापल्या घरचा च्याहा?"

"मी कायले पिवू बे तुह्या घरचा च्याहा? मले भीक लागली का?" महिपतराव चिडले. एकाएकी उठून उभे झाले.

"मंग मलेबी भीक लागली नाय!" गवतम भरीस भर बोलून गेला- "माह्याबी घरी हाय च्याहाच सामाइन!"

महिपतराव संतापानं ओरडले, "जास्त रंग नोको करू आता! हे आपल्या हप्ताभऱ्याच्या मजुरीचे पयसे घे आनं घराचा रस्ता धर!" गवतमच्या आंगावर रोजाचे पैसे फेकून ते बोलले, "आनं पुन्नावून माह्या कामाले येजो नोको उद्यापासून!"

"तसंच असंन तं नाय येणार तुमच्या कामावर... लागन तं उप्पासी राहीन." मुठीत चिरमटलेले पैसे धरून गवतम तरंतरं चालत आवाराबाहेर आला.

सकाळचं जेवण घाईघाईनं झाल्यामुळं त्याच्या पोटात आता जोराची भूक उसळली होती; पण त्याचं त्याला काहीच वाटत नव्हतं. त्यानं आज जाणूनबुजून उपास केला होता. पोटात काही नसूनही त्याच्या चेहऱ्यावर एक नवं तेज फाकलं होतं. पोटातली भूक, वाड-वडिलांनी भोगलेल्या दुःखाची, कमजोरीची आण अडाणीपणाची जाणीव त्याच्या मनाला करून देत होती. त्याचा झगडण्याचा निर्धार आणखी पक्का करत होती...

आफन लहानपनीबी भाकरीसाठी झगडत होतो. चार घरं मागून आनलेली भाकर भावंडाच्या हातून हिसकून घेन्यासाठी... पण आजचं झगडनं मात्र निराळं होतं. अजपावतर आफन सोताच भाकरीभोवती फिरत होतो; पण आता थे खरपुसली भाकरच आपल्या डोळ्यांपुढं यक मोठं चक्र बनून गोल गोल फिरून राह्यली!

याआधी खाण्यासाठी भाकर मिळत नव्हती म्हणून गवतम उपास करत होता; पण आता त्याच्यापुढं भाकर दिसत असूनही आणं देणारा ती त्याला देण्यासाठी तयार असूनही तो भाकरीला नाकारत होता. जाणूनबुजून उपास करत होता. पोटाला चिंभोरा देत होता.

कालच्या आणं आजच्या गवतमच्या उपासात जमीन-अस्मानाचं अंतर होतं... आणि यासाठी असे आणखी कितीही उपास करावे लागले तरी ते करण्याचा गवतमच्या मनाचा निर्धार होता!

'समाजोन्नती' दिवाळी ९१

●

सोनपाखरू

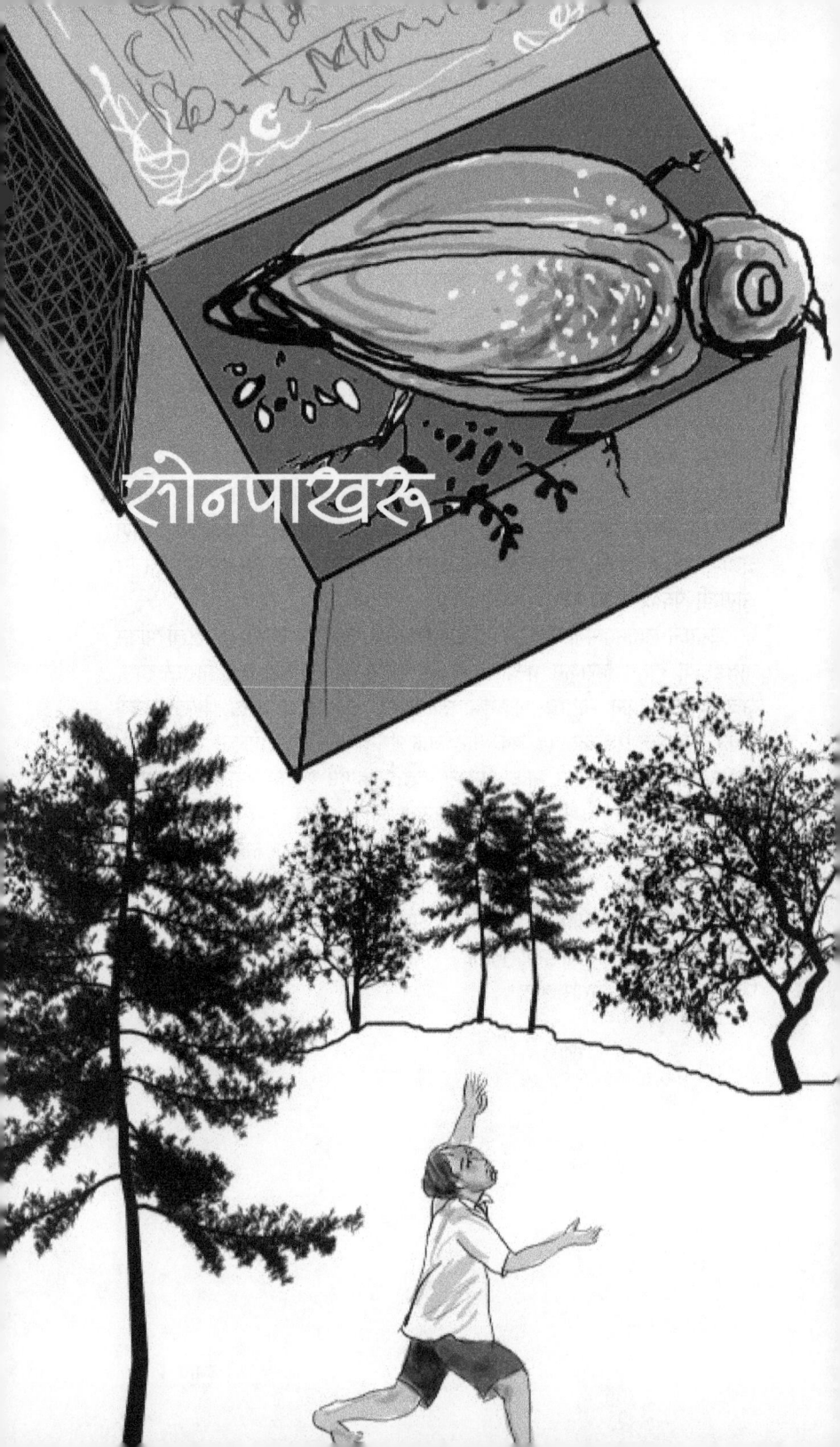

वर्गात गुर्जी न आल्यामुळं पोरांची कलकल सुरू होती. काहींनी तर नुसता धिंगाणा घातला होता. एकाचं बोलणं दुसऱ्याला ऐकू येत नव्हतं. पंढऱ्याचा सुद्या टवाळ पोरांशी धिंगामस्ती करून करून थकला. माझ्याजवळ येऊन बसत बोलला, "अन्या, आमी लेका यक जिक्कून आनलं हाये वरगात."

"कोन्तं रे?"

"वळक बरं तू... याच्यात काय असंनं?" त्यानं हातातली विस्तवाची डबी माझ्यापुढं धरली.

"अंऽऽ... खडू... मोराचं पख..." मी डोक्याला ताण देवू लागलो, "अंऽ रंगीत लेखन... शंक..."

"नाई...नाई... बिल्कूल नाई..." प्रत्येक वस्तूच्या नावाला सुद्या आडवी मान हालवू लागला.

"मंग काय व्हये तं?" अखेर मी नाइलाजानं पुसलं.

"तूच वळक -"

"मले नाय वळकता येत बा आता."

पण सुद्या काय आणलं ते काई सांगत नव्हता. डबीही उघडून दाखवत नव्हता. मला मात्र त्यानं काय आणलं असावं याची चुटपूट लागून राहिली. पोरांशी खेळण्यात वा पुस्तक वाचण्यात माझं मन लागेना. मी त्याला लाख विचारून पाहिलं. पण गडी मोठा पक्का! वग्यीसच येत नव्हता. तर्क लावून लावून माझीही हद्द झाली. शेवटी मी गयावया करू लागलो. "सांगनं बे, सुद्याऽ... काय व्हये तं? लागन तं माह्याजौळचा ह्या खडू देतो तुले."

"आमाले तुहा खडू नाई पाह्यजेन् नं काई नाई!"

"मंग काय पाह्यजेन्?"

"धिंगाने करनेवाल्या पोराइत तू माह्य नाव लेह्यनार नस्सीन, तं मंग दाखोतो."

"नाई लेह्यनार... आता दाखो बरं," मी उतावीळपणानं बोलून गेलो.

सुद्यानं गुलाबची आगडबी पुन्हा बाहेर काढली. आत काही लाखमोलाची चीज असल्यावानी तिला माझ्यापुढं धरून अर्धवट उघडली... मी नवलानं आत पाहू लागलो.

डबीत एक भोंगळाच्या आकाराचं लालसर कथ्था रंग असलेलं चमकदार पाखरू होतं. त्याचं मोरपंखी रंगाचं भलंमोठं डोकं सोन्यानं मढवल्यासारखं दिसत होतं. पाखरू हालचाल न करता डबीत मुकाट बसलेलं.

"बापरे! मस्त हाये!... कुठून आन्लं रे?"

"वावरात सापडलं लेका काल."

"वावरात कुठं सापडलं रे?"

"कुठं मंजे? किनीच्या झाडावर? सोनपाखरू मन्ते, बाप्पू याले?"

मी नवलाइनं त्या पाखराकडं पाहात राहिलो. "सुद्या, तू डब्बी पुरी उघड बरं."

सुद्यानं वरचं टोकर बाजूला काढून घेतलं. आतल्या जांभळ्या टोकराच्या बुडावर बाभळीचा पाला टाकला होता. त्यात गुंजेएवढाले पिवळे-पांढरे दाणे होते. ते पाहून मी पुसलं, "हे काय व्हये रे पांढरं?"

"काय म्हंजे... आंडे व्हये त्याचे."

"आंडेबी देते का रे हे?"

"नाई तं का... काई दिवसानं ह्या अंड्यातून त्याचे पिल्लं बाहीर निघते. थ्या पिल्ल्याइचे मंग मोठे सोनपाखरं झाल्यावर थे मंग इकाचे कोनालेबी!"

सोनपाखराचा हा धंदा मला खूप फायदेशीर वाटला. त्या इल्लुकशा आंड्याकडं पाहात मी विचारलं, "मला देत्तं का हे सोनपाखरू?"

"नाय बा. तू काईबी देसीन तरी नाई देत आमी," सुद्यानं डबी पटकन खिशात घातली!

त्या दिवशी माझं मन कशातच रमलं नाही. राहून राहून ते सोनेरी रंगाचं बिटुकसं सोनपाखरू सारखं नजरंपुढं येत होतं. आपणही असं एक सोनपाखरू पोसायला पाहिजे, असं एकसारखं मला वाटू लागलं. माझं चित्त त्याच्या शोधात लागलं. शाळंतून आल्यावर मी आमच्या गड्याला विचारलं-

"तुमाले किनीचं झाड मालूम हाये का, जी?"

"हो. काहून?"

"त्याच्यावर सोनपाखरू दिसलं का तुमाले?"

"सोनपाखरू?" कपाळाल्या वळ्या पाडून त्यानं विचारलं.

"थेऽ...बाभळीचा पाला खाते अंखीन लाहान-लाहान आंडे देते.

"न्हाई बा."

माझा विरस झाला. तरीही मी नेटानं विचारलं, "दिसंन तं आन्सान का?"

"बरं पाहीन."

सोनपाखरू ठेवण्यासाठी मी चुलीजवळच्या विस्तवाच्या डबीतून काड्या काढून ती डबी दप्तरात ठेवून दिली.

दुसऱ्या दिवशी प्रार्थनेच्या आधी आणखी काही पोरांनी शाळंत सोनपाखरं आणलेले दिसले. अवघ्याजवळ विस्तवाच्या डब्या होत्या. सारे अभिमानानं मला दाखवत होते. कोणी डबीतलं सोनपाखरू बाहेर काढून त्याला हाताच्या बोटांवर खेळवत होतं. कोणी खाली फरशीवर सोडत होतं. त्यांच्या हाता-बोटांवर तुरुतुरु चालणारे सोनपाखरं पाहून मलाही हाव सुटली. आपल्याच जवळ एखादं सोनपाखरू

का असू नये, याचं मला वाईट वाटू लागलं. मला धीर पचला नाही. सुद्याजवळ जावून बोललो, "अज काई तुह्या यकट्याजौळच सोनपाखरू नाई काई, बाप्पू! लय झनाइनं आनले अज सोनपाखरं वरगात."

"आनू दे." सुद्या बेफिकिरीनं बोलला.

"तुह्य सोनपाखरू इकतं का मले?" मी झोकानंच खडा टाकून पाहिला.

"ऊंऽहू..." त्यानं आडवी मान हलवली.

"तू मांसगीन थे देईन नं-"

"नाय बा. आमाले नाई पाह्यजेन् काई."

"अस्सं‍ऽ व्हयेऽ का आता? अऽय सुद्याऽ, देनंऽ बेऽ... तू लागन तं दुसरं आन्जो."

सुद्या घडीभर विचार करून बोलला, "पाह्य अन्या, मी मांगीन थे देसीन?"

"हो. पन मले थे सोनपाखरू दे तुह्याजौळचं." मी अधीर झालो.

"मले तुह्या बालभारतीतलं थे मोठ्ठवालं पख आनं इस लेखना पाह्यजेन."

"पख देतो, पर इस लेखना नाई बा, माह्याजौळ. दाहा देतो लागंन तं-"

"मातर धिंगानेवाल्याइच्या नावामंधी माहा नाव कव्हाच लिहून नाई दाखवाचं गुर्जीले तुनं - याच्यापुढं."

मी वर्गनायक होतो. गुर्जीला वर्गाबाहेर जायचं असलं म्हणजे ते मला धिंगामस्ती करणाऱ्यांची नाव लिहून ठेवायला सांगून जात. ते वर्गात परत आल्यावर मी त्यांना नावं लिहिलेली पाटी दाखवायचो. पाटीवरची नावं वाचून ते मग त्या त्या पोरांना उभं करायचे. रुळानं त्यांना बदकाडून काढायचे... त्यामुळं वर्गातली पोरं मला नेहमी वचकून असत. लेखना, खडू असं काहीबाही देवून लाजीम ठेवायला पाहात.

सुद्याच्या अटीवर मी तयार झालो. सौद्याच्या बोलीनुसार लेखना अन् मोराचं पख त्याच्या सुपूर्द करून मी हलक्या हातानं त्याच्याजवळून सोनपाखराची डबी घेतली. हातात घेऊन उघडू लागलो. जराभर काळीज धडधडलं. डबीचं अर्ध टोकर बाजूला सरकवल्यावर आत सोनपाखराचं तोंड दिसू लागलं. मान हालवताना त्याच्या गळ्याला वरून एक मोठी फट पडायची. त्या फटीकडं दुरून नख दाखवत सुद्या बोलला, "हे पाह्य, बेटा... ह्या फटीत बोट नोको घालजो कव्हाच. नाई तं मंग तिथं थे बोट पकडूनच धरते आपलं!"

"मंग बाहीर कसं काहाडाचं रे, त्याले?"

"त्याच्या पखाजौळ धराचं बेट्या, असं त्यानं सोनपाखरू बाहेर काढून दाखवलं, "घे, धर."

माझी हिंमत झाली नाही. मी झटक्यात हात मागं घेतला. सुद्यालाच ते पुन्हा डबीत ठेवून मागतलं.

"याले रोज दोन-तीन येळा चार टाका लागते."

"चारा कुठून आनाचा रे?"

"आबेऽ आपल्या शाळंपुढंच तं हाये यवढं मोठ्ठं. बाभळीचं झाड."

सोनपाखराची डबी मी प्यान्टाच्या खिशात ठेवून दिली. गुर्जी वर्गात येऊन शिकवू लागले; पण माझं मन त्यांच्या शिकवण्यात लागतच नव्हतं. राहून राहून खिशातल्या डबीतून कूड...कूडऽऽकूड असा आवाज येत होता. डबीतून बाहेर येऊन सोनपाखरू आपल्या प्यान्टाचा खिसाच कातरते आहे, असं मला सारखं वाटू लागलं. धडा ऐकण्यात चित्त स्थिर होईनासं झालं. मग मी गुरुजीचा डोळा चुकवून हळूच खिशातून ती डबी बाहेर काढली. चूपचाप दप्तरात ठेवून दिली. तरीही दप्तरात तो आवाज येतच राहिला. त्या दिवशी कशातच मन लागलं नाही.

दुसऱ्या दिवशी डबी शाळंत न नेता, घरीच ठेवायची असं ठरवून टाकलं. सोनपाखराच्या कालच्या दोन अंड्यात आणखी भर पडली काय म्हणून पाहण्याची मला हुरहुर लागली. पेटीत ठेवलेली डबी घेऊन मी आंगणातल्या उन्हात आलो. अल्लादी डबीवरचं टोकर बाजूला सरकवलं. सोनपाखराला हात लावून बाहेर काढण्याची हिंमत मात्र झाली नाही. डबी खाली जमिनीवर ठेवून मी त्याकडं पाहत राहिलो. हालचाल न करता सोनपाखरू बराच वेळ डबीत बसून होतं. जराभऱ्यानं काका आले. त्यांना जवळ बोलावून मी फुशारकीनं बोललो -

"काकाऽ हे पाहा सोनपाखरू!"

"कुठून आनलं, रे!" डबीकडं पाहात त्यांनी विचारलं.

"किनीच्या झाडावर सापडलं?" मी सुद्यानं सांगितलेलं ठोकून दिलं.

"सोनपाखरू कुठं व्हये बे हे? लाल भोंगूळ व्हये लेका."

माझ्या सोनपाखराला काकांनी लाल भोंगूळ म्हणावं, हे मला बिलकूल आवडलं नाही. आज सोनपाखरानं अंखीन दोन अंडे दिलेले पाहून मी खुशीत आलो, "सोनपाखरूच तं मन्ते जी, याले! हे पाहा, यानं आंडे बी देल्ले पुन्ना."

"कोन्ते हे? आंडे कुठे व्हये बे थे? थ्या भोंगळाचं हागलं असंन, लेका! पर तुनं त्याले कायले डब्बीत बंद केलं बिनकामाचं?"

का कोण जाणे, त्यावेळी मला काकांचा खूप राग आला. आता यापुढं काहीही आणलं तरी त्यांना दाखवायचं नाही, असं मी मनाशी ठरवून टाकलं.

उन्हानं गरमं झाल्यामुळं असंन, डबीतलं सोनपाखरू तुरतुरत बाहेर आलं. भुईवर चालू लागलं. मला त्याच्या चालण्याची मोठी गंमत वाटली. त्याच्याकडं नवलानं पाहात राहिलो... पण याले आता डब्बीत कसं ठेवाव? आपली तं त्याले हात लावाचीबी हिंमत नाई. समजा, त्याले हाती पकडलं आनं थ्या तोंडाजवळ फटीत बोट गेलं तं... सुद्या तं मने, का थे बोट पकडून धरते आपलं! आता कसं

कराचं? आजूबाजूला कोणी दिसते का म्हणून मी आशेनं पाहू लागलो. कोणीच गडीमाणूस जवळ नव्हतं. काकाही घरून बाहेर गेले होते. माझं तोंड उलीकसं झालं. पोटात भीतीचा गोळा उठला.

सोनपाखरू आता आपल्या जुईच्या पानाएवढ्या नखभर पायानं डबीपासून दोन-तीन हात अंतरावर तुरतुरत आलं होतं. त्याला उचलून पुन्हा डबीत ठेवण्याची माझी छाती नव्हती... असं तुरतुरत ते किती दूर जाईल काहीच अंदाज नव्हता.

एवढ्यात काय झालं कोणास ठाऊक, एकदम भुर्रर्र आवाज झाला. डोळ्याची पापणी लवते न लवते तोच पाखरू गगणी लागलं! मी केवढ्यानं तरी दचकलो. डोळे फाडून वर पाहात राहिलो. निळ्या अगासात त्याचे लाल पंख कव्हा गडप झाले तेही कळलं नाही. मला मात्र आपल्या भेकाडपणाचा खूप राग आला. स्वतःचीच चीड आली.

इतवारचा दिवस. शाळंची सुट्टी. सोनपाखरू हातोहात उडून गेल्यानं माझं मन कशातच लागत नव्हतं. मी घराबाहेरच्या ओट्यावर येऊन बसलो. रस्त्यावरली माती पायाच्या आंगठ्यानं टोकरू लागलो. त्यातही मन रमेनासं झालं तेव्हा पुढच्या इलेक्टरीच्या खांबावर खडे मारू लागलो.

सायकलच्या टायरला हातातल्या काडीनं चालवत राज्या आणि सुद्या विहिरीच्या बाजूनं गल्लीत शिरले. माझ्याजवळ येत सुद्यानं पुसलं, "कावून बे अन्या, असा यकटाच बसला?"

"बदकाडलं असंन लेका, त्याच्या बापानं!" राज्यानं अंदाज बांधला.

"मोठ्ठा शायना! मला कावून बदकाडंन? तुलेच बदकाडलं असंन!" मी चिडून बोललो.

"येतं का आमच्याबरोबर रिठावर?" सुद्या माझ्याकडं पाहात बोलला.

"तिथं सोनपाखरू सापडते का?" मी अधिरतेनं विचारलं.

"हो, सापडत नाई तं का? आमी त्याच्याच तं साठी चाल्लो-"

"थो काय येते बे, आपल्यासंगं?" राज्यानं तोंड मारलं, "बापाच्या धाकात हाये थो!"

"काहून, आमाले पाय नाई देल्ले का देवानं?" मी चिडून एकदम उभा झालो- "चाला, मी येतो -"

"पाह्य बरं... पुन्ना यकडाव इच्यार कर चांगला!"

"चाल रे सुद्या-" अवसान येवून मी सुद्याचा हात धरला.

सुद्या व राज्या दोघानंही आपले टायर घरी नेवून ठेवले. मी मात्र घरी काही न सांगताच त्यांच्यामागून चालू लागलो. एरवी माझे वडील मला पोहायला किंवा कोणाच्या वावरा-शेतात जाऊ देत नव्हते. मीही सहसा जात नसे. आफन बरं, का

आपलं पुस्तक बरं; पण वडील सकाळीच शेतावर निघून गेलेले. संध्याकाळपावतर कोणी माझी पूस घेणार नव्हतं. सगळं रान मला मोकळं होतं. आम्ही पांधणीनं जाऊ लागलो. रस्ता खूप लांब होता. बरंच अंतर चालून गेल्यावर माझे पाय दुखायला लागले. तरीही सोनपाखराच्या आशेनं मी त्यांच्याबरोबर चालत राहिलो.

राज्या चाकोली सोडून सरोद्याच्या बराडाकडं वर चढू लागला तसं सुद्यानं विचारलं, "रस्ता सोडून इकडं कोनीकडं चाल्ला, बे?"

"आबे थ्या बेलीले पाह्य... केवढे मोठ्ठाले बेलं हायेत. चाल, पतंगीसाठी आनू आफन."

"आनं मंग रिठावर कव्हा जावू रे?" मी काळजीनं विचारलं.

राज्या माझ्याकडं पाहात बेफिकिरीनं बोलला, "जावू मंग बेलं तोडल्यावर अरामानं. तुले जाऽचं असंन, तं तू जा एकटा!"

चुरमुऱ्याचे लाडू खात मी मुकाट्यानं त्यांच्यामागं बरड चढू लागलो. माथ्यावर आल्यावर दोन-चार दगडं हाती घेऊन राज्या पुढं सरसावला. बेलीवर नेम धरून मारू लागला. सुद्यानंही तसंच केलं. मीही दोन-चार दगडं मारून पाहिले. पण बेल एकीकडं आणं दगड दुसरीकडं! मला माझीच लाज वाटली... राज्याला मात्र चिडवण्यासाठी बरं झालं -

"कायले आंगाचा खकाना करतं बे? चुपचाप दगडं आनून दे आमाले."

त्यांना दगड आणून देणं मला कमीपणाचं वाटलं..."मी नाय आनत जा!"

"तं मंग आमीबी तुले सोनपाखरू दाखवू नाई?" सुद्यानं मला कोंडीत पकडलं. मी मुकाट्यानं दगडं जमा करू लागलो.

खाली पडलेले बेलं दोन्ही खिशात भरून आम्ही रिठाच्या रस्त्यानं लागलो. तिमाण्याच्या वावराजवळची पांधण सोडून एकपावल्यानं चालू लागलो. वर पडीत रान होतं. जिकडं पाहावं तिकडं दाट झाडंच झाडं. जमिनीत खांब रोवल्यासारखे.

"अंखीन कितीत दूर हाये रे, सुद्या?" चालता चालता मी कानाशी लागलो.

"थे का व्हये पुढच्या बड्डावर."

पुन्हा बराच वेळ चालत गेलो. चालून चालून माझ्या पोटात दम मावत नव्हता. एक बरड उतरून दुसऱ्या बरडावर चढलो तेव्हा आजूबाजूला खूप किनीची झाडं वाढलेली दिसली. आम्ही एकेका झाडाजवळ जाऊन कुठं सोनपाखरू दिसते का म्हणून न्याहाळू लागलो. खूप फिरलो तरी सोनपाखरू कुठं गवसलं नाही. दिवस कलला होता. झाल पडण्याच्या आधी घरी पोहोचलं पाहिजे म्हणून मला काळजी लागली. माझ्या चेहऱ्याकडं पाहात राज्या बोलला -

"सुद्या! पोट्ट्याचं तोंड पाह्य कसं गांजरलं ऊनानं!"

"त्याले सव नाई लेका आपल्यावानी."

वर पाहता पाहता एका फांदीवर लक्ष जावून सुद्या ओरडला, "आबे! राज्याऽऽ... थे पाह्य सोनपाखरू वरतंऽ... ह्याऽ... ह्या फांदीवर!"

सुद्याच्या बोटाच्या दिशेनं मी पाहू लागलो. मला काहीच दिसलं नाही. मग सुद्यानं माझं मानगूट पकडून सोनपाखराच्या दिशेनं फिरवलं... पाखरू चांगलं डगळ होतं. माझ्या चेहऱ्यावरची सारी थकान पळभऱ्यातच दूर झाली.

"हं, चेंग बाप्पू आता झाडावर," राज्यानं माझं बखोट पकडलं.

"पन मले चेंगता येत नाई नं."

"मंग खाता कस्सं येते बरोब्बर? का थेबी खावून मांगतं दुसऱ्याले!

राज्याचं बोलणं डिवचून गेलं. पळभर मला माझ्या नाकर्तेपणाचा राग आला. मग मोठ्या तणक्यानंच झाडाच्या खोडाजवळ गेलो. खोडाला कवट्यात पकडून त्यावर पाय ठेवू लागलो; पण... माझा पाय खोडावरून पुन्हा पुन्हा घसरू लागला. स्वतःचाच वैताग आला. माझी अवस्था पाहून सुद्या पुढं आला अन् मला बाजूला सारत बोलला-

"लय झालं असंन तुह्यं कुथनं आता! व्हय बाजूले! भाजीचा काजी अन् गुळा-तुपाचा मामूजी!"

मी बाजूला झालो. सुद्या वान्नरेसारखा सरंसरं झाडावर चढला. खालच्या फांदीवर पाय ठेवून वरच्या फांदीवरचं सोनपाखरू त्यानं आपल्या दोन बोटांच्या चिमटीत अल्लादी पकडलं. झटक्यात खालीही आला. माझ्याजवळच्या डबीत ते ठेवून दिलं. किनीचा पाला वरबाडून त्यात टाकला. डबी माझ्याजवळ देत बोलला, "झालं आता तुह्यं समाधान?"

"हो! काम झालं माह्यं न् काय करू ताह्यं!" मोठ्ठाले डोळे करून राज्या बोलला.

आम्ही वापसीवर आलो तेव्हा दिवस बुडला होता. अंधार पडायच्या आधी घरी टेकलं पाहिजे म्हणून मी थकलो असूनही पटापट पाय उचलत होतो. चालता चालताच हेंगड्यांच्या बागाजवळ राज्यानं सुद्याला थांबवून म्हटलं, "सुद्या, थ्या तिथं बोरीचं झाड हाये लेका. चाल, बोरं खावू."

"पन अंधार पडून राह्यला नं." माझा जीव खाली-वर होऊ लागला.

"तुले घाडी घाई असंन, तं तू जा आपला यकटा!" राज्या-सुद्याची गावेरी.

मी बैचेन झालो. घरी जाण्यासाठी मनातल्या मनात पाण्याबाहेरच्या मासोळीवानी तडफडू लागलो. अखेर निरुपाय होऊन त्यांच्यामागं बोरीजवळ गेलो. दोघांनीही आपल्या कुडत्याचा पुढचा भाग उलटा करून त्यात बोरं भरले. मलाही दिले... माझ्या जीभला चवच राहिली नव्हती. तोंड सोकीजून गेलं होतं. बोरं कडू कडू लागत होते. रस्त्यानं लागलो तेव्हा अंधार पडायला सुरुवात झाली होती. मनात धाकधूक

होऊ लागली. गावात शिरलो तेव्हा चांगली झाल पडली होती. इहिरीच्या कोंट्यावरच वर्गातला दाम्या भेटला. मला पाहून बोलला, "कुठं गेल्ता बे अन्या लेकाऽ? तुही माय पाहून राह्यली तुले कव्हाची-"

माझ्या पोटात भीतीचा गोळा उसळला. मन कावरंबावरं झालेलं. आता घरी गेल्यावर वडिलांपुढं आपली काही धडगत नाही... मी कमिजीतले बोरं खिशात भरले. केसावरून हात फिरवला. घराकडं वळलो. मी दिसल्याबरोबर आईनं विचारलं,

"कुठं गेल्ता रे मुदबख्या इतल्या वाडखोचा?"

"कुठं गेलो वं... थ्या सुद्याच्याच तं घरी बसलो व्हतो आतरवरी." मी हातची ठोकून दिली.

"अस्सं! टोंघळ्याएवढा जीव नाई, तं मले सिक्कोतं? मी तं आत्ताच आली तिथून पाहून."

माझा नाईलाज झाला. आईनंही झाकातापा केला. वडिलांजवळ सांगतलं नाही. त्या दिवशीचा मार वाचला.

डबीतल्यासारखा सोनपाखराचा कूड कूड आवाज येऊ नये म्हणून मी संक्रांतीच्या वाणात आईला भेटलेला प्लॅस्टिकचा एक चपटा डबा घेतला. त्यात जवळची सोनपाखराची डबी उलटी केली. आत बाभळीचा पाला टाकून तो डबा पुस्तकाच्या पेटीत ठेवून दिला. त्यानंतर सकाळ, दुपार शाळंतून आल्यावर मी तो डबा उघडून त्यात बाभळीचा पाला टाकला.

अंड्यांची संख्या वाढत होती... पण बाभळीचा पाला मात्र काहीच कमी होत नव्हता. जेवढ्याचा तेवढाच राहात होता. दुसऱ्या दिवशी मी तो डबा उघडला आणि पाहातच राहिलो. डब्यात पाय लांबवून सोनपाखरू लूंदमूंद होऊन पडलं होतं. झोपलं असंन म्हणून मी त्याला काडीनं हालवून पाहिलं. एक नाही का दोन नाही. शेवटी डबा जमिनीवर पालथा केला. उलटं होऊन पाखरू खाली पडलं. पायबी हालवत नव्हतं. काय झालं काहीच कळेना. त्याच्या डोक्याची फट आता लहान-मोठी होत नव्हती. मी घाबरून गेलो. काकांना दाखवू लागलो.

"अऽय काकाजीऽ... हे सोनपाखरू पाहा... कसंच्या कसं दिसून राह्यलं!"

त्याला बोटानं आडवं-तिडवं करून काका बोलले, "हत्त लेका! हे तं मेलं. बे...!"

माझं तोंड चिमणीएवढं झालं, "असं कसं मेलं, जी? म्या तं चारा घातला."

"लेकाऽ उडती जात थे... त्याचा जीव कुठं ह्या बोटभर डब्यात रमाले?"

मग डब्याकडं पाहात त्यांनी विचारलं, "बरं, ह्या पिलॅस्टिकच्या डब्याले तुनं छिद्र पाडलं व्हतं का?"

न समजून मी विचारलं, "नाय बा. काहून जी?"

“मंग बरोबर हाये! त्याले स्वास घ्याऽले हवा कुठून भेटणार थ्या बंद डब्ब्यात?”

“पर मंग इस्त्याच्या डब्बीले तं नाई पाडत कोनी छिद्र?”

“बह्यताडा, थ्या डब्बीवानी ह्या पिलॅस्टिकमधून हवा पास व्हते का?”

न समजून मी आळीपाळीनं काकांच्या तोंडाकडं आणं सोनपाखराकडं पाहात राहिलो.

आमचं बोलणं ऐकून भाकरीचं आंधण खोरता खोरता आईही उठून जवळ आली. मेलेल्या सोनपाखराकडं पाहात हळहळली -

“दम कोंडला असंन त्याचा थ्या डब्ब्यात. तडफडून जीव सोडला असंन बिचाऱ्यानं! हात-पाय झाडले असंन, लेकानं मंधच्या-मंधी. उल्लिकसा जीव. नाई थे खेळ करतेत हे, बाबल्लीचे!” मग माझ्याकडं पाहात ती रागानं बोलली

“थ्या असराप जीवाची जाणूनबुजून हत्या केली नं तुनं?...तुहीबी गत अस्सीन करनं लेका देव! नाकतोंड दाबून अस्साच हव्याबिना गुदमरून मारंन तुले देवाच्या घरी! केलेलं कोनाले चुकते का?”

माझ्या डोक्यात उजेड पडला. डोळ्यांपुढं काजवे चमकू लागले. मी त्या बेचित झालेल्या पाखराकडं पाहू लागलो. माझे डोळे खाड्कन उघडले... आपलं नाकतोंड दाबून कोणीतरी आपल्याले यका बंद डब्ब्यात कोंडून ठेवलं हाये. डब्ब्याले वरतून पक्कं झाकन लावलेलं. आफन आतल्या आत तडफडतो हाये. जीव खाली-वर होत असलेला... माझा उजवा हात आपोआपच नाकाजवळ गेला.

नाकतोंड दाबून धरलं गेलं. दम कोंडला. आतल्या आत घुसमटला. जीव गुदमरून गेला... आता आणखी थोडावेळ गेला, का शेवटचा गचका येईल. मी कासावीस झालो. मटकन खालीच बसलो. दोन्ही पायांत डोकं खुपसून त्या लुंदमूंद होऊन पडलेल्या इटुकल्या जीवाकडं कितीतरी वेळ तसाच पाहात राहिलो. स्वतःच्या डोळ्यानं अजमावलेलं मरण हे सोनपाखराचं नसून आपलंच मरण आहे, असं मला एकसारखं वाटू लागलं.

...त्यानंतर पुढं कधीच मी सोनपाखराच्या वाटेला गेलो नाही!

दै. ‘तरुण भारत’ ९२

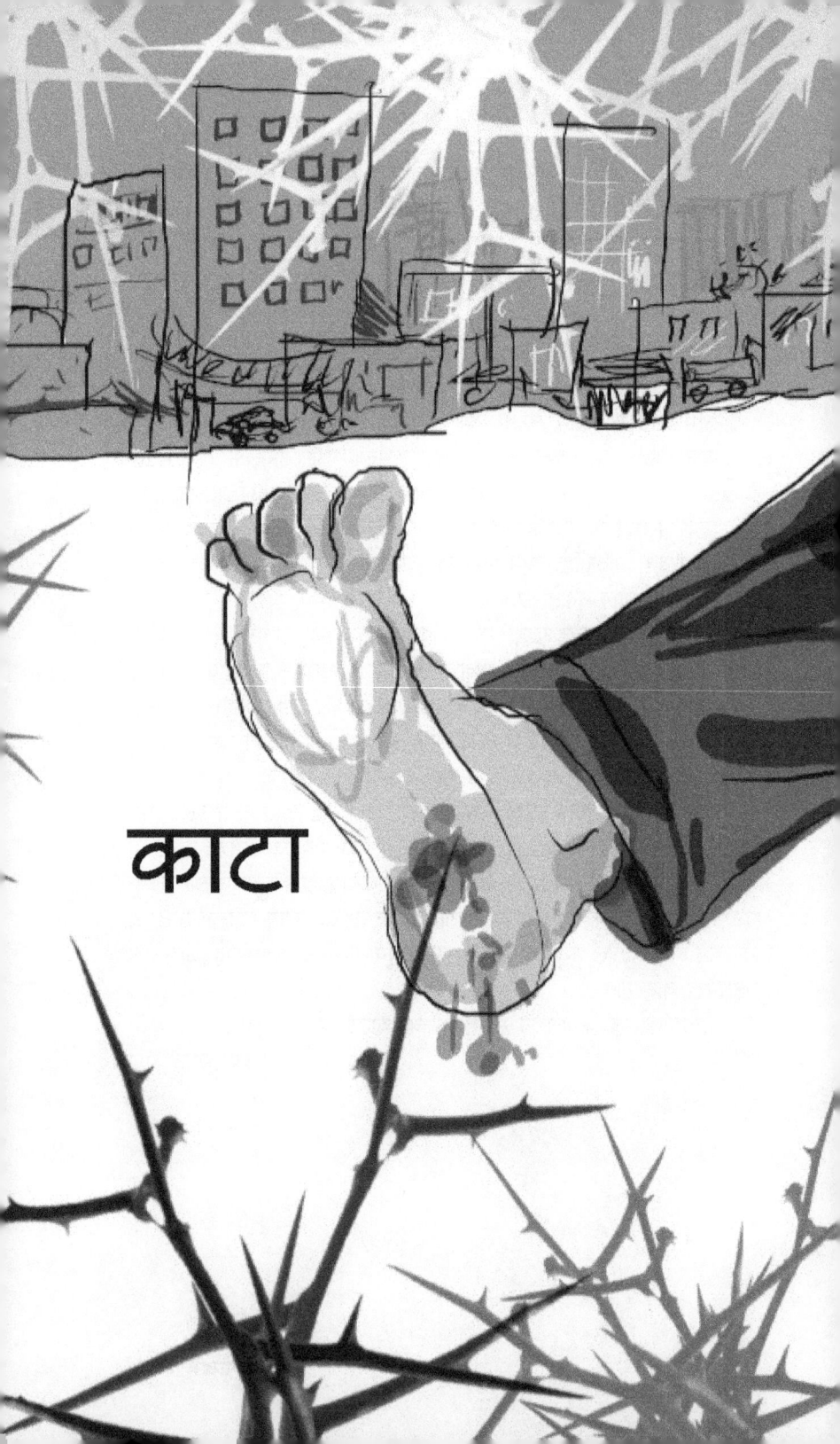

काटा

मानाप्पूरच्या इस्टानावर उतरलो. हाताच्या घडीत पाह्यलं. साडेदहा वाजून गेल्ते. मी घाईघाईनं निंघालो. स्टँडाच्या बाहीर आलो. 'कहा जाना हय्, कहा जाना हय्' करत याटो अन् रेक्षेवाले माह्यामांगं लागले. खरकट्या वाटीवर कावळे तुटून पडतेत, तसे कोचकोचू लागले. अवघ्याइले चुकवत मी बाहीरच्या गेटावर आलो खरा, पन घाई असल्यानं रेक्षा करूनच जाव् का काय, असा इच्यार मनात चमकून गेला. पन वाटलं, घर तं जवळच आहे. पान खायेपर्येंतच्या वेळात सह्यज पोहोचू घरी.

मी रस्त्यानं झपंझपं निंघालो. मेडिकल चौकापावतर पोहोचलो असंन, तेवढ्यात पुढून यक स्कूटर आडवी येऊन गपकन माह्यापुढं थांबली. मी गडबडलो. वाटलं, होते का इथं आपलीबी मौत?

"अरे, कसं काय, मुकेश?... कुठं निघालास?"

गावातल्या घरालगतचा चुलतभाऊ गाडीवर होता, "अरे बा! संजूभाऊ... तुह्याकडंच चाल्लो होतो."

खरं म्हणजे मी मनातून हरखलेलो. अशा धावपळीच्या वेळी पाह्यजे थो मानूस भेटला होता वेळेवर. संजूभाऊ शीटंवर पुढं सरकून बोलला, "चल, बस गाडीवर."

पायपीट अन् वेळ वाचल्याच्या समाधानात मी गाडीवर बसलो. मनात वाटलं, इथंच काहाडाव् का इषय? पन नाई, थे रस्त्यानं बरं दिसनार नाई. मानसाचा मूड नाई राहात जाग्यावर. घरी गेल्यावरच बोलाव् सवडीनं.

"तू पहिल्या बसनंच निघाला का, रे गावावरून? लवकर पोहोचला इथं."

गाडीवर बसल्या बसल्याच माह्या लक्षात आलं. संजूभाऊनं गाडी घराकडं वळोली न्हौती. मगं आफन इकडं कोनीकडं?... गाडी तं बैद्यनाथ चौकातून रेसीमबागंकडं वळली दिसत होती. म्या अजिजीनं इच्यारलं,

"इकडं कुनीकडं चाल्लो, भाऊ आफन?"

"जरा एका महत्त्वाच्या कामासाठी निघालो घरून. म्हटलं, आता आटपूनच जाऊ."

मी मुकाट बसलो. वाटलं, काईतरी अर्जेंट असंन, तव्हाच भाऊनं घराकडं पलटवली नाई गाडी. गडी लवकर कुठंतरी थांबनं, असं वाटलं होतं. पन रेशीमबाग सरून सक्करदरा लागलं, तरी भाऊची गाडी उभी राहाचं चिन्न दिसत न्हौतं. म्या अधिर होऊन पुसलं, "लय लांब जाआचं आहे का, भाऊ?"

"नाई रे ऽऽ... हे सक्करदरा संपलं की, झालं. आता जवळच आलं, बघ."

सक्करदरा सरलं, तरी गाडी उभी राहेना. माही तगमग वाढाले लागली.

ट्र्याफीक सिंगलाच्या लाल दिव्यापुढं गाडी चौकात थांबली, तसं म्या पुन्ना पुसलं- "नक्खी कोनत्या भागात जाआचं आहे भाऊ, आपल्याले?"

"सक्कदऱ्यानंतर आता हे ताजबाग लागलं. बस, आता आलंच - ताजबागच्या शेवटाला."

लाल बत्तीच्या चौकाचौकामंधी थांबत, अडत आमी पुढं निंघालो. चौकात घडीभर थांबत घुरघुरनारी गाडी हिरवी बत्ती लागताच पुन्ना गती घेत होती. मोकळा वारा कानात शिरत होता. डोळ्यांत नुसतंच कचकचत होतं. काळा काळा चिपड डोळ्याच्या काठाशीन जमा होत होता. चरचरू लागलेले डोळे यकसारखे पाझरत होते. गळनारं पानी मी रुमालानं पुसत होतो.

धावता-पळता गाडी अखेर एका दुमजली घरापुढं येऊन थांबली. बाहीरून घर तसं खातं-पेतं अन् टोलेजंग वाटत होतं. फाटक उघडून संजूभाऊ आतमंधी शिरला. पाळीव कुत्र्यावानी मीबी त्याच्यामांगून निंघालो.

"मुकेश, फाटक लावून घे आतून."

गुर्जीची आज्ञा पाळल्यावानी पटकन पुढं होऊन मी फाटक बंद कराले लागलो. त्याच्यावरचा 'कुत्र्यापासून सावधान!' असा बोर्ड वाचून म्या इकडं तिकडं पाहात घाईनंच फाटक लावलं. संजूभाऊनं दरोज्याजौळचं घन्टीचं बटन दाबलं. एका मोठ्या जाडजूड बाईनं दरोजा उघडला. संजूभाऊनं थ्या पोलकं घातलेल्या बाईले पुसलं, "साहेब आहेत घरी?"

"हो, या ना... बसा," खळ्यात मक्क्याचे दाने सांडल्यावानी हासत बाई बोलल्या.

आमी सोफ्यावर बसलो. राजमहालातल्यावानी भला अवजड सोफा. मोठा औरसचौरस दिवानखाना. सिंहासनाच्या आकाराच्या खुडच्या अन् तसंच फर्निचेर. खुडच्याइच्या नरम गाध्याइवर वाघाच्या कातोड्यावानी बुऱ्याचा कपडा आथरलेला. संजूभाऊच्या हालचालीवर लक्ष ठेवत मी मुकाट बसून राह्यलो. आपला अवघडलेपना जानवू नये म्हनून उगंच इकडं-तिकडं टिव्हाळाले लागलो. आता इथं आपल्या नाप्पुरले येन्याचं कारन संजूभाऊले सांगाव, असं मनात आलं; पन दुसऱ्याच्या घरी कसं सांगाव? मी छताले अटकवलेल्या काचेरी झुंबराकडं पाहात नुसताच मूंग गिळून बसलो.

बाईनं एका काचाच्या ताटलीत दोन रंगीत काचेरी गिलास भरून आनले. टेबलावर ठेवून बोलली, "साहेब आंघोळ करीत आहेत. येतीलच आता."

"काल जाऊन आलेत का ते प्लॉटवर?" संजूभाऊनं गिलास हाती घेतला.

"बहुतेक गेले होते; पण मला नेमकं माहीत नाही नक्की."

संजूभाऊनं रंगीत गिलास तोंडाले लावला. म्याबी तसंच केलं. रंगीत रसबत

असंन म्हनून घूट घूट प्याआले लागलो. पन थे पान्यावानीच वाटत होतं. म्या संजूभाऊकडं पाह्यलं. त्यानं यक्काच घुटात गिलास खाली केला. गिलासातलं पानीच असल्याची खात्री होऊन म्याबी घटंघटं घशात रिचवलं.

बाई घरातून दोन पिलेटी घेऊन आल्या, "घ्या-"

पिलेटीत एक एक सफरचंद आनं सुरी होती. पहिल्यांदा सुरीचा उपेग माह्या लक्षातच आला नाई. पिलेट हाती पकडून संजूभाऊ कितीतरी वेळ तसाच बसून राह्यला. त्याचं पाहून मीबी नुसताच बसलो. मले थे भुकेल्या पोटी घास हातात धरून बसल्यावानी कसंतरीच वाटे; पन मनलं, हे शिकलेले मानसं. आफन कसी सुरवात कराव याइच्या पह्यले? संजूभाऊ एका हाती पिलेट अन् दुसऱ्या हाती मासिक धरून वाचत बसलेला. मी आवडाव पाहून बोललो,

"भाऊ, खरं म्हनजे - गावाकडं-"

तेवढ्यात दरोज्याकडं लक्ष जाऊन संजूभाऊनं माझ्या बोलन्याची बोळवन केली, "आपण नंतर बोलू, मुकेश- गावच्या विषयावर."

बोलनं होन्याआंधीच घरातला सायेब चेहऱ्यावरून दोन्ही हाताचे तळवे फिरवत बैठकीत आला.

संजूभाऊ खडबडला, "नमस्कार."

"कधी आलात?"

"आत्ताच... जस्ट पाच मिनिटांपूर्वी."

"तुम्ही करा सुरू," हातातल्या पिलेटकडं पाहून सायेब बोलले, "मला वेळ आहे जरा."

संजूभाऊनं सुरी घेऊन सेपावर धरली, तव्हा मले सुरीचा उपेग ध्यानात आला.

"काल गेले होते का तुम्ही प्लॉटवर?"

"हो, जाऊन आलो दुपारला."

"मिस्त्री आला होता काय कामावर?"

"हो ना, दोन्ही मिस्त्री आले होते."

संजूभाऊनं कापलेली चिरी तोंडात टाकली. अल्लादी. म्याबी सुरीनं सेप कापून तसंच केलं. यक डोळा भाऊकडं ठेवून त्याच्यावानीच खाआले लागलो. होटाच्या पाकळ्या बंद करून चावाले लागलो. पन यवढे ठनठन दात असल्यावर सुरीनं सेप कापून खानं कसंतरीच वाटत होतं मनाले!

जराभऱ्यानं पोलकेवाल्या बाई घरातून आणखी यक पिलेट घेऊन आल्या. वाफाळल्या शिऱ्याची पिलेट नवऱ्याजवळ देऊन आमाले बोलल्या, "तुम्ही चहा घेनार?"

संजूभाऊ पुन्ना सुरी चालवत बोलला, "नको, काही गरज नाही आता."

"ठेव गं, थोडा... मलाही हवा आहे. तेही घेतील थोडा थोडा." बशीतला शिरा मचंमचं खात सायेब बोलले. माझं लक्ष दिवालघडीकडं गेलं आनं सेप खान्यातली चवच निंघून गेली सारी. आफन इथं सेप अन् चाहापान्यावर ताव माराले आलो, का काय असा राहून राहून प्रश्न पडत होता.

"सज्जासाठी स्टील किती लागेल आपल्याला, साहेब?"

"थांबा, मी हिशेब काढतो," सायेब खाताखाताच टेबलाखालून कागद काहाडाले लागले, "त्यात खिडक्यांच्या लिंटलचेही स्टील धरावे लागेल."

निळसर नकाशाकडं यक नजर टाकून सायबानं दुसरा आकडेमोडीचा कागद हातात घेतला, "एकूण दीड क्विंटल स्टीलचं कॅलक्युलेशन होतं."

बोलता बोलता साहेबानं वाफाळून थंड झालेला शिरा भरंभरं गिळला. मग तोच कागद पुढं धरून आकडेमोड कराले लागले. जसाजसा वेळ सरकत होता, तसतसी माह्या जिवाची उलाघाल वाढत होती. मन सारकं आत-बाहीर करत होतं. मी यकसारखा चुळबुळाले लागलो. काई बोलाव, तं हे बोलन्याची जागा न्हौती. त्यात सायेब त्याइच्या हिसोबात. कोन्या परक्याच्या घरी कसी काहाडाव गोस्ट? आपल्याले हे लोक मूर्ख तं समजनार नाईत?

कितीतरी वेळेपर्येंत सायबाची आकडेमोड चाललेली. बाईनं एका बशीत दोन केळं आनले. ते सायबानं एकट्यानंच मटकावले. मंग चाहा आला. सायबाचे केळं खाऊन होयेपर्येंत संजूभाऊनं चाहाचा कप तसाच हातात धरून ठेवला. मीबी हातातल्या निवत चाललेल्या चाहाकडं केविलवान्यावानी नुसताच पाहात बसलो. ...कोन्तीबी गोस्ट गरम असल्यावरच बरी. थंडी झाली मनजे गेलेल्या काळाची साय जमून त्यातली चवच निघून जाते.

"मला वाटते, बाहेरच्या खिडक्यांना तुटक स्वरूपात लिंटल देण्यापेक्षा दोन खिडक्यांना एकच कॉमन लिंटल व प्रोजेक्शन द्यावे," संजूभाऊनं मत मांडलं.

"हरकत नाही; पण स्टील आणि सिमेंट-कॉक्रीट अधिक लागेल."

"ठीक आहे, चालेल... घर काही नेहमी थोडेच बांधायचे आहे- आपल्याला? पण तसं सांगावं लागेल मिस्त्र्याला. तुम्ही जाणार आज?"

"नाही. उद्या जाईन मी; पण त्यांना आजच सांगायला हवं, म्हणजे ते मधली जागा विटांनी उचलणार नाहीत."

"मग मलाच जाऊन सांगावं लागेल."

"घ्या, ना चहा," सायबानं बशी तोंडाले लावली. मी वाटच पाहात होतो. निवून थंडागार झालेला चाहा म्या यकाच दमात फुरकला. बशीतल्या चाहावानी मनातली खळबळबी आता निवून गेली होती. सुपारीचा पानपुडा पुढं करत सायेब

बोलले, "मग पोर्चचे काय ठरविले आहे तुम्ही? एक की दोन?"

"खरं म्हणजे त्यावर आमचं नवरा-बायकोचं एकमत झालेलं नाही अजून. ती म्हणते, दोनच पोर्च हवेत. पुढं मागं फोर व्हिलर घ्यायची, तर वेगळं गॅरेजरूम बांधायला नको. दुसरा साइड पोर्च गाडीसाठी वापरता येईल; पण खर्च वाढणार."

"बरं, तर करा सावकाश विचार. माझ्या मते दोन करणेच योग्य. मला आता निघायला हवं. शंकरनगरला स्लॅबचे काम आहे आज," सायेब जागचे उठले.

माह्यं मन जराभर थाऱ्यावर आलं. मनलं, चाला... यकडावची सुटका झाली इथून. तसाबी त्याइच्या बोलन्यात काईच रस न्हौता मले. सारं कानावरूनच जात होतं. बिनमिठाच्या भाजीवानी अळनी वाटत होतं. मी संजूभाऊच्या आगोदरच जागचा उठलो.

आमी दोघंबी बाहीर आलो. संजूभाऊनं काढली गाडी. तोपर्यंत सायेबबी किल्ल्याचा झोक बोटात फिरवत बाहीर आले. त्याइच्या चारचाकीजौळ गेले.

"साहेब, पोर्चच्या स्टीलचे साइज तुम्ही माझ्याकडे दिले असते, तर दुकानात ऑर्डर बुक करून घेतला असता मी," संजूभाऊले नवंच गऱ्हानं आठोलं.

"हो, एक मिनिट हं..." सायेब आतमंधी जाऊन आले तोपर्येंत संजूभाऊनं त्याची स्कूटर पलटवून घेतली. सायबानं दिलेला कागद त्यानं शेंड्यापासून बुडापावतर समजून घेतला. मी गळाळून गेलेलो. रस्त्यावरच्या गाड्या-मोटारी पाहात राहिलो.

एकडावची गाडीची किक वाजली, "चल, बस मुकेश."

मी भानावर येऊन पटकन गाडीवर बसलो. स्कूटर धावाले लागली. मनात घोळणारी मळमळ म्या उगाळून टाकली, "लयच येळ गेला भाऊ, आपला-इथं."

"हो ना... तसा तो जातोच. घराची कामं असतातच अशी वेळखाऊ."

संजूभाऊनं त्याची गाडी चांगली कान पिरगाळून जोरात पळवाव, असं वाटत होतं.

"मुकेश, तुला सांगतो, शहरात राहायचं तर दर महिन्याला बाराशेप्रमाणे वर्षाला साडेचौदा हजार आणि दहा वर्षांचे दीड लाखावर घरभाडे जाते माझे. तसं पाहिलं तर वीस वर्षांच्या घरभाड्यात स्वतःचे घर बांधून होते हक्काचे."

संजूभाऊच्या ह्या हिसोबात मले कवडीचाबी रस न्हौता. म्या घडीकडं पाह्यलं. एक वाजत आला होता. माही उलाघाल वाढत चालली. आमची गाडी आतमंधी शिरन्याऐवजी शेयराबाहीरच्या कोपऱ्याकडं चाल्ली, असं वाटून म्या इच्चारलं,

"आता कुठं निंघालो आफन?"

"प्लॉटवर चक्कर टाकून येऊ जरा. तुलाही लोकेशन बघायला मिळेल."

भाऊच्या बोलन्यानं धावत्या गाडीवरून यकदम उसळून खाईत फेकल्यावानी

वाटलं. मी धांदरून बोललो, "नाई, नाई... घरी जाऊ आता- पटकन. पलाटाचं काय?"

संजूभाऊ मंधातच तोडत बोलला, "दहा-वीस मिनिटांचं काम. लगेच निघू मग घरी. तुलाही भूक लागली असेल, नाही?"

"नाई. भुकीचं सोडा... पन मले निरंप -"

"हे बघ, आलाच आपला प्लॉट."

दिघोरी नाक्यापल्याड सूनसान शिवारात दहा-पाच घराइचं काम सुरू दिसत होतं. तिथच्याच एका अर्धवट घराजौळ आमची गाडी उभावली. पटकन उतरून मी त्याच्यामांगं निंघालो. थो मिस्त्राजौळ जाऊन कामाचं बोलाले लागला, तेवढ्या टैमात मी आजूबाजूच्या खोल्या पाहात बसलो. पाच खोल्याइचं घर. खिडक्यापर्येंत आलेलं. चार-पाच बायामानसं कामावर होते. इकडं-तिकडं विटा-गिट्टी-रेतीचे ढीग पडलेले. बऱ्याच उशिरानं संजूभाऊ माह्याजौळ आला, "काय आवडलं, घर?"

मी थोबाडीत मारल्यावानी चेहरा करून बोललो, "अं, बरं हाये."

"बघ, आज बांधलं तर घराचं बजेट साडेतीन लाखावर जातेय. हेच दोन वर्षांपूर्वी केलं असतं, तर फक्त पावणेतीनपर्यंत आटोपलं असतं."

मी नुसताच हूं हूं करत राह्यलो. मले थ्या लाखाच्या आकड्याइत तीळभर गोडी न्हौती. ज्याच्याजौळ दाहाच्या नोटंची मारामार, त्याले लाखाचे आकडे आयकून कोन्ता उपेग? पुन्ना मानूस आलं कोन्त्या गोस्टीसाठी आनं झालं भलतंच! नुसतंच तोंड चिकट आनं बोल फुकट! म्या इषय बदलवला -

"घरी सारेच मनेत; अज संजूभाऊले सुट्टी असंन, तं गेल्याबरोबर भेट होईन म्हून."

"हो ना, आज सुटी आहे, म्हणूनच ही कामं काढलीत. नाहीतर आठवडाभर नुसतीच तारांबळ होते माणसाची. जाऊ दे, तुझ्या मते केवढ्याचा झाला असेल हा प्लॉट?"

मी दूरपावतर नजर लावून कोरडल्या सुरात बोललो, "काय सांगू, ब्वा?"

"तरी आपला अंदाज?"

"ऊंऽऽहूंऽऽक." मले आता चक्करल्यावानी वाटत होतं.

"फक्त नऊ हजारांत घेतला होता मी- आठ वर्षांपूर्वी. साडेचार रुपये फुटाच्या भावाने. आज हाच प्लॉट दीड लाखाला मागितला. दोन हजार स्वेअर फूट आहे."

का कोन जाने, मी ताडकन बोलून गेलो, "इकूनच टाकाले पाह्यजेन होता!"

"हे काय मूर्खासारखं बोलतोस रे?" प्लॉटचं काय; पण घर महत्त्वाचं. घर म्हणजे माणसाच्या जीवनाचं सार्थक. मी 'सार्थक' असंच नाव द्यायचं ठरविलेलं आहे घराला. आता हेच बांधलेलं घर सहा-सात लाखांना कुणीही घेईल उद्या."

"घरी गेलो अस्तो लौक्कर" माह्यं मन मले कोन्त्याच गोस्टीत रमू देत न्हौतं.

"अरे तर... काय घरी घरी लावलंस मघापासून? हे पण घरच आहे ना? उद्या इथेच आयुष्य काढायचंय मला. यापुढं तुलाही माझ्या भेटीला इथंच यावं लागेल. घर पाहून घेतलंस एकदाचं, हे बरं नाही का झालं?"

"नाई पन गावाकडची गाडी..."

मला थांबवत भाऊ बोलला, "बरं, चल."

मी पाय पुढं टाकला, तसा थो बोलला, "इकडून ये, मोकळी जागा दाखवतो."

"तिकडं काय हाये पाह्यन्याजोक्तं?" मी वैतागाच्या सुरात बोललो.

"अरे, चल तर खरं," त्यानं माझा हातच धरला. मी त्याच्यामांगं निंघालो. माजरीमांगून जानाऱ्या पिल्ल्यासारका चालू लागलो.

"हे बघ, मुकेश... बांधकाम फक्त अर्ध्याच प्लॉटवर आहे. ही अर्धी जागा मोकळीच ठेवली मुद्दाम. पुढे इकडे असा गार्डन राहील. ही मधली जागा कारंज्यासाठी. यासमोर इथे मेन गेट. ही मागे धुणं धुण्याची जागा अन् कुंड्यांसाठी पॅसेज. इकडं परत एक आगंतुकांसाठी दुसरा संडास. तिकडं आउट हाउस."

संजूभाऊ चालता चालता काय काय बडबडत होता, काईच समजत न्हौतं. माह्या डोक्शाचं नुसतंच खोबरं झाल्यावानी वाटत होतं. चालता चालताच डाव्या पायाची सन्कन आग झाली. कळ थेट मस्तकात शिरली. खाली बसून पाह्यलं. पायात बाभळीचा ह्या यवढा काटा! कांडंभर ढोसलेला. डोळे मिटून खसकन काटा उपडला. आग आग झाली नुसती!

"ह्या इकडं पोर्चच्या बाजूला तुळशी वृंदावन करायचं आहे मधोमध. तुला सांगतो, मुकेश-" बोलता बोलता संजूभाऊ ब्रेक लागल्यावानी एकदम थांबला. मागं वळून पाहात बोलला, "अरेऽ काय झालं रे?"

"काई नाई; काटा रुतला, भाऊ."

"अरे! आधी कुंपण घातलं होतं, त्याचा असेल काटा; पण चप्पल असेल ना?"

"सिलपरमधून पार आरपार ढोसला भाऊ, काटा."

"अरे, त्या स्लिपर्स बाहेर थोड्याच वापरायच्या असतात?"

"आमाले घरचं न् बाहीरचं यकच राह्यते, भाऊ. येवढी एकच चप्पल आहे मले."

“मग दुसरी घेऊन यायची ना, बाहेरच्यासाठी? फार नाई ना रक्त आलं?”
म्या तळपाय चोळला. रगत वळलं, तसा मीबी त्याच्यामागं वळलो.
“का रे मुकेश, आपल्या गावाकडं एक-दोघं मजूर मिळतील का रे?”
“कायले पाह्यजेन?... गावी गेल्यावरच समजंन.”
“इथे गरज होती- साइड वर्कर्स म्हणून. गार्ड म्हणूनही ठेवता येईल.”
“पाहा लागंन; पन गावाले जाऊ तव्हाच का नाई? ”
चालतानं पायातला काटा सलत होता. घडीकडं पाहात मी बोलून गेलो- “तीन वाजले आता, भाऊ... घरी कव्हा जाणार आफन?”
“जाऊ ना, बस झालंच आहे आता.”
“नाई तं असं करू, इकडच्या इकडूनच दोघंबी इस्टानावर...”
मले पुढं बोलू न देता संजूभाऊनं त्याचीच बडबड सुरू केली, “अरे, आलास कसा, जातोस कसा? आता घरी नेल्याशिवाय मी बरा जाऊ देईन तुला?”
“तसं नाई... आफन दोघंबी... तिकडं वाट पाहात असतीन गावी सारे-”
“हो, बाबा... आता दोघंबी मिळून घरीच जाऊ. चल, बस गाडीवर.”

त्यानं कीक मारली. मी पडत्या फळाची आज्ञा घेऊन गाडीवर बसलो. वाटलं, आता इषय निंघालाच आहे, तं सांगून टाकावं इथंच. पन मनलं, इथून घर पाच-सात कोसावर. आत्ताच सांगतलं रस्त्यात, तं अद्याप लय पल्ला बाकी आहे. उगंच डोक्शाले ताप त्याच्या. आतापर्यंत धीर धरला तसाच अजून थोडा -
“तुझं या वर्षी कोणतं वर्ष आहे रे, मुकेश?”
“बारावीचं.”
“हो का? थो जरा थांबून बोलला, “या घरा-बिराची खूप कटकट असते, बेट्या. काय आहे, शहरात राहायचं तर हे सर्व करायलाच पाहिजे. खरं तर इथे कोणीतरी तुझ्यासारखं हाताखाली पाहिजे - लक्ष ठेवायला. पण -” बोलता बोलता संजूभाऊ पुन्हा थांबला. सबाकती बोलाव तसा बोलला, “जमेल तुझं?”
“अं?” मी तंद्रीतून जागा झाल्यावानी एकदम खडबडलो.
“तुझं फ्रेश इयर आहे का या वर्षी?”
“हो... पह्यलंच वर्ष- बारावीचं.”
“नाही, म्हटलं- तुझं राहणं जमलं असतं इथं चार-दोन महिने तर...”
“पन आता परीक्षा जवळ येईन नं-” मी इषय बदलून बोललो, “काटोल गाडी भेटंन का आता लौक्कर?”
“हो बाबा, हो... अर्ध्या अर्ध्या तासाने गाड्या आहेत. तू कशाला काळजी करतोस?”

खरं म्हंजे माह्या जिवाले आता निराळाच घोर लागला होता. त्याले माह्या काळजीचं काय व्हाव? मी पुटपुटलो- "काटोलातून निंघनारी गावची गाडी -"

"सहज मिळेल, आता काय तीनच तर वाजलेत... एक मिनिट हं-"

काईतरी आठवून त्यानं कच्चकन् बिरेक मारला. मी गपकन त्याच्या पाठीवर जाऊन आदळलो. यका लोहा-लोखंडाच्या दुकानापुढं आमची गाडी उभी होती. काळीज दुकानातल्या लोखंडावानीच पक्कं करून मी जवळजवळ कण्हारलोच-

"आता अंखीन इथं कायले, भाऊ?"

काही न बोलता थो झपंझपं दुकानात गेला. खिशातला कागद दुकानदाराले दाखवून कितीतरी वेळ त्याच्याशीन घासघीस करत राह्यला. काई इंग्रजी, काई मराठी असं काईबाई बडबडू लागला. मी बाहीर उभवलेल्या गाडीजौळच खेटून उभा. रस्त्यानं जाणाऱ्या-येणाऱ्याइचे चेहरे बावळटावानी न्याहाळत राह्यलो... गावची आठोन ताथी झाली. तिथं भाऊकडं सारे जमले असतीन. आफनच तेवढं... पायातला काटा जास्तच सलाले लागला.

संजूभाऊ गाडीजौळ आला, तसा मी बेसहारा झाल्यावानी म्हनलो, "यवढा येळ?"

"अरे, त्याला ते कोटेशन द्यायचं होतं- इंजिनिअरकडून आणलेलं. साला, भाव चढवूनच सांगत होता स्टिलचा. म्हटलं, नाही जमणार; मार्केट रेटनं दे. मग आला ताळ्यावर."

आमची गाडी आता रस्त्यानं लागली होती. म्या घडीकडं पाह्यलं, "नाई, पन भाऊ... आता साडेतीनले शेंडी फुटली. गावाले कव्हा पोहचाव आनं कव्हा पुढचं?"

"तू कशाला फिकर करतोस रे? मी सोडून देईन तुला स्टँडवर. मग तर झालं ना?"

"नाई... पन इकडूनच्या इकडूनच बरं झालं असतं दोघांलेबी जाआचं."

बोलता चालता घर आलं. त्यानं दरोज्यावरचं बटन दाबलं. जराभऱ्यानं झोपंभरले डोळे कुस्करत अनितावैनीनं दरोजा उघडला.

"अरे, वा! मुकेशबापूही आले वाटते!" थे मोकळ्या केसाइची जुडी बांधत बोलली, "कधी आले, बापूजी?"

काहीतरी तिखट बोलनं माह्या तोंडात आलं; पन संजूभाऊच बडबडला, "बराच वेळ झाला त्याला. प्लॉटवर जाताना रस्त्यातच भेटला, तर तिकडंच जाऊन आलो आधी."

"अरे हो, बरं आठवलं... तो विटावाला आला होता पैशाला घरी."

"मग दिले का त्याला पैसे? किती दिले? त्याला ते कच्च्या विटांबद्दल

सांगितलं नाहीस का?''-उपाशी मानसानं ताटातले घासाइमागून घास खाव, तसं संजूभाऊनं यकामांगून यक प्रश्‍न इच्चारले.

''सांगितलं ना... तो म्हणे, भट्टीवाल्यानंच विटात बोगसपणा केला म्हणून.''

''साले, हे कॉन्ट्रॅक्टर्स असेच हरामखोर असतात. चल, मुकेश... हात-पाय धुवून घे- त्या पलीकडल्या बाथरूममध्ये.''

मी भातरूमात गेलो. हात-पाय खंगाळाले लागलो. देवघरावानी चकचक भातरूम. पाय घसरून तोंडबुचक्या पडन्याजोक्तं चिक्कनचोपडं. मळकटलेल्या पायावर उबडलेलं पानी काळंमेळं होऊन फरशीवर पसरलं. अवघ्या भातरूमाची पांढरीफेक फरशी काळीमेळी झाली. पाय धुन्यापंक्षा थ्या काळ्या झालेल्या फरशीचंच टेन्शेन आलं मले! पाय धुण्याचं सोडून मी फरशी धुवाले लागलो! मागून संजूभाऊचा अवाज आला, ''साबन आहे, मुकेश- तिथे.''

''झालं आता,'' मी पुटपुटत बाहीर आलो, ''काय साबन-गाभन लावाची आता?''

माह्या वल्या पायाकडं वैनीचं लक्ष गेलं असंन, ''पायपुसणे आहे, बापूजी दारात. पाय पुसून घ्या. फरशी ओली होते इकडची.''

पाय पुसून मी घरात आलो. पायपावर अटकोलेला टावेल घेऊन तोंड पुसाले लागलो. वैनीचं पुन्ना लक्ष जावून थ्या दुसरा टावेल माह्याजौळ देत बोलल्या, ''तो टॉवेल राहू द्या बापूजी. तो जेवणानंतर वापरण्याचा आहे. हा घ्या दुसरा.''

मले लाजिरवान्यासारकं झालं. कोन्या मोह्यतिरी इथं आलो, असं होऊन गेलं. ह्या शेयरातल्या लोकाइचं असंच... परत्येक गोस्टीसाठी पेशेल टावेल. हात पुसाचा येगळा, तोंड पुसाचा येगळा. पायाचा येगळा आनं डोक्शाचा न्यारा!... मी बैठकीत जाऊन यकटाच बसून राह्यलो.

''अनिता, पटकन ताटं वाढ बरं दोन.''

''जरा वेळ लागेल. पोळ्या गरम करते. भाजी पण फोडणी घालायची आहे.''

''भाऊऽ थे जेवणाचं राहू द्या. मले काई भूक नाई आता.'' मी अजिजीनं बोललो, ''त्याच्यापंक्षा लवकर तयारी...'' मी पुढं बोलणार, तेवढ्यात संजूभाऊनं तोंड मारलं-

''अरे, असं कसं म्हणतोस? एवढ्या दिवसांनी आलास इथं अन् न जेवता कसा जातोस?''

''तसं नाई भाऊ, अज मी निराळ्याच–'' मी सोफ्यावरून खसकन उठलो. काटा रुतलेला दुखरा पाय भित्तीशी टेकवून उभा राह्यलो. पुढं काई बोलाव् तेवढ्यात वैनीच बोलल्या.

''लवकर करते मी स्वयंपाक... जेवूनच जा बापूजी,'' बोलता बोलता वैनीचं

माह्याकडं लक्ष गेलं, "तो भिंतीशी लावलेला पाय खाली घ्या, बापूजी. भिंतीचा रंग मळकटतो त्यामुळे."

मले अंखीनच कानकोंडलं झालं. मनात आलं; घर मानसासाठी, का मानुस घरासाठी? यातलं काय खरं? काटा अंखीनच सलाले लागला. पुन्ना सोफ्यावर बसलो. संजूभाऊ त्याच्या खोलीत निंघून गेलेला. वैनीबी सैपाकात रमल्या. बैठकीत मी यकटाच कोमीजून बसलो. मनात चुरमुऱ्याचे लाडू खात होतो. सोतालेच शिवा देत होतो. आपल्यावरच चरफडत होतो. जास्तच सलनाऱ्या काट्याले नखानं पुन्ना पुन्ना उटाळती देत होतो. काटा चांगलाच खोलात शिरलेला दिसत होता. तेवढ्यात बाहीर आलेल्या वैनीनं इच्यारलं,

"काहो बापूजी, काय झालं पायाला?"

"काई नाई, वैनी... पायाले काटा रुतला पलाटावर."

"सुई हवी का तुम्हाला- काटा काढायला?"

"...." मी काईच बोललो नाई. कुकरची शिट्टी वाजली.

"थांबा हं... गॅस कमी करायचा राहिला," वैनी घरात पळाल्या.

लघ्यातच संजूभाऊनं अवाज देल्ला." ये रे, मुकेश... ताटं वाढलेत."

जागचा उठलो. जेवनखोलीतल्या खुडचीवर जाऊन बसलो. खरं म्हणजे घास घशाखाली उतरतच न्हौता. तोंडातल्या तोंडात फिरत होता.

"मुकेशबापूऽऽ आमच्या कुंडीतली क्रोटनची झाडं बघून घ्याल एकदा. त्यांची पानंच चुरडून जातात आजकाल. बघा, काही उपाय सुचला तर-"

"हूंऽऽ" मले कढीचा फुरका मारतानं जोराचा ठसका लागला.

"पाणी पी रेऽऽ... किती घाईनं जेवतोस - ट्रेन सुटत असल्यासारखा!"

"नाहीतरी खेड्यातल्या लोकांना घाईनं जेवण्याची वाईट सवय असते."

मले याच्यावर काई बोलाव, असं मनापासून वाटत होतं. पन हे वेळ बोलन्याची न्हौती. म्या पटंपटं जेवण आटोपलं. पेरनीच्या बैलानं उंडा खावा तसं. ताटात हात धुनार तसं वैनीनं हटकलं, "ताटात हात नका धुऊ, बापूजी. तिकडं पलीकडं बेसीन आहे, तिथं धुवा."

बेसीनमंधी हात धुतल्यावर पुन्ना बैठकीत येऊन बसलो. संजूभाऊचं जेवन सरन्याची आतुरतेनं वाट पाहाले लागलो. दोघा नवरा-बायकोत आफिसातल्या काईतरी गोस्टी सुरू होत्या. म्या दिवालघडीकडं पाह्यलं. चार वाजून गेलेले. मी हाताचे बोटं मोजाले लागलो... साडेचार वाजता इस्टानावर; पाचले काटोल गाडीत. सात वाजता काटोलात. तिथून मंग गावात किती वाजतीन? घडीची टिकटिक माह्या काळजात काटे रुतवत होती. गावातलं घरचं चित्र डोळ्यांपुढं फिरून फिरून उभं राहात होतं. शेकड्यानं डोळे आपल्याच वाटंकडं खिळून

असल्याचा भास व्हाआले लागला. वाट पाहनाऱ्या नजरा काळजाची उलाघाल करत होत्या!

जराभऱ्यानं संजूभाऊ टावेलानं हात पुसत बैठकीत आला. त्याच्यामांगं वैनीबी. आल्या आल्या भाऊले बोलल्या,"अहो, तुम्ही जरा बाजारात जाल का?"

माह्या छातीचा ठोकाच चुकल्यावानी झाला... भाऊनं पुसलं, "कशाला गं?"

"भाजी आणायची होती."

"चलतो काय मुकेश- बाजाराकडे?"

"आत्ता काई जाआचं नाई कुठंच!" मी केवढ्यानंतरी वरडलो," चुलीत गेला बजार-गिजार!" माह्या अवाज खोलीभर घुमला! आतापावतर मोठ्या मुश्किलीनं अडवून धरलेला बांध यकदम फुटला. भळंभळं वाहाले लागला -

"मी आलो तहीपासून तुमीच बोलून राह्यले सारे. मी नुसताच आयकून राह्यलो. आता मले बोलू द्या, जरा-"

"बरं, बोल मुकेश-" संजूभाऊ चपापल्यावानी झाल्ता.

मी यक हुंदका गिळून बोललो, "तुमच्या घरची पिखोलाकाकी गेली, म्हून आलो होतो मी इथं- तुमाले निरंप द्याआले!"

"आँ! आई?" संजूभाऊचे डोळेच विस्फारले, "अन् तू हे आत्ता सांगतोस?"

"बघानं, चार-पाच तास झाले यांना येऊन अन् हे आत्ता सांगून राहिलेत! असं असतं खेड्यातल्या लोकांचं!"

"अजीऽ वैनी-" मी बोंबलीच्या देठापासून यकेका शब्दावर जोर देत बोललो, "बाहीर फिरतानं भाऊनं आनं घरी आल्यावर तुमीबी कुठं चान्सं देल्ला मले बोलाचा? सारं आपलंच सांगून राह्यलेत तव्हाचे. यकडाव तरी पुसलं का कोनं - कसा काय आला म्हून? निदान गावाकडला हालचाल तरी...?"

संजूभाऊले त्याची चूक कळली असंन. त्यानं घायाळ सुरात इच्चारलं-

"कशी गेली रे मुकेश, आईऽऽ? आजारी तर नव्हती रेऽऽ?"

"हारटं अट्याक, का काय म्हंतेत बा. न्हानीत लघवीले गेली, तं तिथंच बसली, बसून राह्यली. मंग डाक्तरले बलावलं; पन तोपावतर आटपलं होतं सारं."

"बरं, तर आता लवकर निघावं लागेल आपल्याला. तिकडं खोळंबून असतील सर्व," अनितावैनीनं घाई केली, "पण एक लक्षात ठेवा, बापूजी... तुम्ही येथे लवकर पोहोचल्याचं मात्र मुळीच सांगू नका गावात कुणाला. सगळे आपल्यालाच दोष देतील! त्यापेक्षा येताना गाडी बिडी फेल झाल्याचे सांगा सर्वांना!"

"तुमी दोघंबी लक्षात ठेवा. जल्म देणाऱ्या मायपंक्षा घर महत्त्वाचं नाई...! असे कितीतरी घरं बांधन मानुस, पन गेलेली माय-? चाला, करा मंग तयारी-"

पायात चपला घालतानं वैनीले आठोन झाली. "तुमचा काटा पन राह्यला काढायचा."

"काटा राहू द्या, वैनी आता. थो काई कुठं पळून थोडाच चाल्ला? आता सल कमी झाला काट्याचा. मंग काढू त्याले फुरसदीनं!"

मी गडबडीनं घराबाहीर पडलो.

दै. 'जनवाद', रविवारीय साहित्य, फेब्रु. २०००

●

तितंबा

वारा सुटला. दुरून थंडावा घेऊन आला. सोयाबीनचा आवड वाऱ्यावर माना डोलवू लागला. झाडांचं पान न् पान थरथरू लागलं. मजुरांना पाथ पुरवण्याची घाई झाली.

निंदणाची पाथ अर्ध्यावर होती. जो-तो घाईनं पुढं सरकू लागला. हातांना गती आली. मनात घराकडं परतण्याची ओढ वाढू लागली. शेतमालकीन बनू पुन्हा पुन्हा हाताच्या घड्याळीकडं पाहू लागली. पाच वाजत आलेले. उणापुरा तास घन्टा हाताशी होता. शिरवा येण्यापूर्वी पाथ पुरावी, म्हणून बनूनं नवऱ्याला आवाज दिला

"काय करता वो, तिकडं?"

तुतीचा पाला अळ्यांना टाकता टाकता बबन खोलीबाहेर आला-

"काऊन, काय मन्तं?"

"पाथंतले पुंजाने उचलून टाकता का मनलं- धुऱ्यावर?"

"पुंजाने कायले उचलाचे थे? तिथंच जमा करा फटीत. सडले म्हंजे खात होते त्याइचं."

बबन परत खोलीत जाऊन अळ्यांना पाला टाकू लागला.

पाथंवरची कला निंदता निंदता बोलून गेली, "थंडावा सुटला आता. पानी पडला बाई, कुठंतरी."

निंदणाची पाथ थोडीशीच शिल्लक असताना गिरीधर खोलीबाहेर येऊन म्हणाला, "बनुबाई... पाला सरला खोलीतला. पाला तोडाले लावा लागते बायाइले आता. नाई तं उद्या सकाळीसचं काई भागत नाई- यवढ्याशा पाल्यात."

बनूनं बायांना आवाज दिला, "कलाबाई, चला उठा साऱ्या. पाला कापून घेऊ भाडभीड."

कला काहीच बोलली नाही. जागची उठलीही नाही. मग बनूनं कुंदाकडं तोंड केलं; "चाला, कुंदाबाई, वामनभाऊ, चाल- ये वो दारका-"

दुसऱ्या हाकेला द्वारका, कुंदा, वामन, लंकेश्वर असे अवघे पाथंवरून उठले. विळे घेऊन तुतीच्या फांद्या कापू लागले.

कला मात्र एकटीच पाथंवर निंदत होती.

कुंदा उभी होऊन बनूच्या कानात फुसफुसली, "कलाबाई नाई येत का- पाला कापाले?"

बनूनं नाकाला प्रश्नार्थक वळी पाडली. पाला कापणाऱ्या बायांत जाऊन मिसळली. जरा वेळ गेला. पाला कापणाऱ्या बायांत पुन्हा कुजबूज सुरू झाली.

"थे कला काऊन नाई आली बा, इकडं- पाल्याले?" द्वारकाची शंका,

"असं काय झालं एकाएकी?"

"ऊंऽऽ जाऊ दे नं, दारका." बनून तंटा तोडला, "तिले वाट्टे थे करू दे तिच्या मनानं."

मजुरांचा अर्धा अधिक पाला कापून झाला, तेव्हा कला जागची उठली. हारा घेऊन तुतीत आली. अवघ्यांपासून जरा फटकून लांबवर पाला कापू लागली. वामननं तिला बोलतं करून पाहिलं, "काऊन, कलाबाई... यकटीच तिकडं उगीमुगी?"

"ऊंऽऽऽ" कलानं मुष्टा मारला.

बनूनं हलक्या सुरात उत्तर दिलं, "आपली वाफ धावत असंन तिले!"

कलाला कंठ फुटला, "थो दिवसभर चांगला चारी कुसा तानून जेवला असंन तेरवीचं! आत्ता गावातून वावरात आला, येधाळा पाल्याचा आडर सोडाले!"

पळभर कोणीच बोललं नाही. कुंदा हलक्या आवाजात पुटपुटली-

"कलाबाईचा टोमना गिरीधरभाऊले असंन. अज थोच तं गेल्ता तेरवीले बाहीरगावी."

द्वारका बोलली, "गिरीधरभाऊनं पाल्याचं काम सांगतलेलं खटकलं कलबाईले!"

बनूनं तंटा तोडला, "जाऊ द्या, सरू द्या- थोच थो विषय!"

कला बबनकडं नेहमीच वर्षभर कामावर असे. त्याच्याकडं नाना पिकांचा पेरा राही. जोडीला जोडव्यवसायही होते. वर्षभर पुरतील एवढे कामं शेतात असत. पेरणं-डाळणं कलाच्याच हातचं. उडीद-मूग पेरण्यापासून पऱ्हाटीच्या लागवडीपर्यंत बनू - बबन तिचं मत जाणून घ्यायचे. गरज पडली, तसा तिचा सल्ला घ्यायचे. निंदाईच्या हंगामात मजुरांची टंचाई होई. अशा वेळी कलाच्याच धडपडीनं बायामजूर बबनच्या शेतावर येत. त्याच्या घरचं वेळप्रसंगीचं धुणंपाणी, घरगुती कामंही कला न कुरकुरता करून घेई. बनूला तिचा मोठा आसरा होता. कव्हा गडीमाणूस नसला, म्हणजे ती माणसाचेही कामं निभवून नेई.

दोन पोरं अन् एक पोरगी असलेली ती रांडवी बाई. नवरा दारूच्या नशेत जळून मेलेला. दोन हाताच्या कमाईवरच ती आपले लेकरं जगवत होती. बबनकडं कामं भरपूर, म्हणून टिकून राहत होती. मनात असलं तर कोणत्याच कामाला नाही म्हणत नव्हती. विहिरीवरून पाणी आणून मजुरांना पाजण्यापर्यंत सारं तिच्याच मागं. शेंगा-वांगे तोडण्यासारखे कितीतरी कामं न सांगता - चुकवता ती आपणहून करत होती.

तिचे लेकरं हाताशी आलेले. बऱ्याचदा त्यांच्या कुवतीनुसार त्यांनाही बबन आपल्या कामावर सामावून घेई. त्यानं तिच्या पोरीच्या लग्नाच्या सोयीनं तिच्या शिल्लक पैशांतून विमा काढून दिलेला. बँकेतही दर महिन्याचं पासबुक काढून तिची शिल्लक मजुरी तो त्यात टाकायचा. एकूण सारं बरं चाललं होतं. कोणाचंच

कोणाशी वाकडं नव्हतं.

कला तशी स्वभावानं हेकेखोर. भावली तर खूप, नाही तर काहीच नाही. तिच्या मनात असलं, तर न मागता पानाचा विडा करून खाऊ घालेल. नसलं म्हणजे, तहानलेल्याला फुकट पाणीही विचारणार नाही! धावत्या बैलाचं शेपूट धरू नको म्हटलं, तर अलबत धरेल. सोडू नको म्हटलं, तर मुद्दाम सोडून देईल!

कला म्हणजे कामाला कातीण. कोणत्याच कामासाठी मागंपुढं पाहायची नाही. कदाचित ऐन तारुण्यात नवरा गेल्यामुळंही तिचा स्वभाव असा हेकेखोर झाला असावा. भावनांची अति घुमसट झाली, म्हणजे सहनशीलता घटून चिडचिड वाढते. हालअपेष्टा अन् कष्ट मर्यादेबाहेर झाले तर माणूस तिरसट होत असावा. असंच काहीसं कलाचंही. कधी लेकरांवर पिसाळली म्हणजे ती त्यांना जीव जाईपर्यंत मारे. दगडावर धुणं आपटल्यावानी तिचं पोरांना मारणं.

तिनं तिचे लेकरं बालवयातच मजुरीला लावले होते. त्यांचं बालपण कष्ट उपसण्यातच हरवून गेलं होतं. पोरांचे बारके देह हवेच्या झुळकीनं उडून जाण्याजोगे दिसत. तुऱ्हाटीच्या काडीवानी हात-पाय. खोल खोल डोळे. खोबणीत गारगोट्या बसवल्यावानी. ढोलकीवर ताणून बसवलेल्या कातड्यासारखं हाडांवर नुसतंच आवरण. मासाचा पत्ता नाही. तिची वयात आलेली पोरगी ममताही यापेक्षा वेगळी नव्हती. पोरांना लहान वयात मोठी कामं मानवणारी नव्हती. कामानं पिचणारे पोरं कधी जिवावर आलं म्हणजे कामचुकारी करत. कला स्वतःचं काम उरकून लेकरांना हातभार लावी.

बबन साता कामांचा छंदी माणूस. महिन्यातले दहा दिवस कामानिमित्तानं बाहेरच असे. बाया-मजुरांची जबाबदारी जशी कलावर, तसाच गडीमाणसांचा जिम्मा गिरीधरवर होता. गिरीधर जरा जास्तच हळवा. थोड्या-थोडक्या गोष्टींवरून फुगाटणारा. एकदा आटकुळला म्हणजे चार-आठ दिवस दातंकणी फोडत नव्हता. मुक्यानंच सारे कामं आटपत होता. बऱ्याचदा अशावेळी 'भूक नाही' म्हणत दुपारचं जेवतही नव्हता वावरात; पण तरीही कामाबाबत हयगय होऊ देत नव्हता.

बबन वावरात असला-नसला तरी बनू शेतातलं सगळं सांभाळून घेई; पण ती नवथळ लेक. बापाकडं कधी तिनं वावराचा धुरा पाहिला नव्हता. म्हणून ती गिरीधर-कलाला हाताशी धरून त्यांच्या संगनमतानं कामं आटपून घेई. बबननं शेतात मोठं औरस-चौरस घर बांधलेलं. रेशीमपासून तर गांडुळखत उत्पादनापर्यंत जोडधंदे त्या गोठेवजा घरात सुरू केलेले. कोठ्यावर कायम वस्तीसाठी मात्र मजूर-सोकारी मिळत नव्हते.

सततच्या वाढत्या सुविधांमुळं सारेच गावसमाजात राहायला निर्ढावलेले;

त्यामुळं शोधूनही शेतावर राहायला कोणी कबुलत नव्हतं. बदलत्या काळामुळं मजुरांची काम करण्याची कुवत कमी झालेली. कामावरची निष्ठाही पूर्वीसारखी राहिली नव्हती; त्यामुळं त्यांच्यामागं कोणीतरी विश्वासातलं असल्याशिवाय काम निघत नव्हतं. काही मजूर सोडले, तर बाकी सारे सांगकामे. सांगतल्या कामाचे अन् खाल्ल्या घाट्याचे!

गिरीधर अन् कला... दोघांत मात्र सतत चढाओढ असे. काही कारण नसताना अधूनमधून त्यांचे आपसांतच खटके उडत. त्याला वाटे, मी कारभारी अन् तिला वाटे, मी कारभारी. आपल्याच मतानं कामं व्हावीत, असा दोघांचाही आग्रह असे... त्यात बनू अन् बबनचा चपाटा होई.

"का गा, बबनभाऊ... तुह्याजौळ पयसे जास्तीचे आलेत का?"

"काऊन रे, गिरीधर?"

"नाई मनलं, गायीमागं वासरू ठेवलंच पाह्यजेन का दरवेळी?"

"मी समजलो नाई, ब्वा-तुह्यं?"

"कसं समजंन तुले घरबसल्या? जरा वावरात राहून पाहात जा दिवसभर."

"काऊन, काय झालं असं? कलाबाईच्या मंगऱ्याची गोस्ट होये का?"- बबननं अंदाज बांधला.

"मंग कोनाची राहीन तं? थे पोट्टं काई निंदत नाई न् काई नाई धड. अज दुपारचंच वान्नेरावानी झाडावर चेहडून बसलं कव्हाचं."

"मंग त्याच्या मायनं घेतली असंन नं, त्याची पाथ?"

"घेतली... पन डबल तासं घेऊन सरकते का कोनी लवकर पुढं? मंग थे रेंगाळली म्हंजे बाकीच्या बायाबी हात आखूडता घेतेत आपला."

"पन आता कसं करतं? रांडमूंड बाई म्हनून आफन सांगतो तिच्या पोराबाळाइलेबी- कामावर. तेवढाच तेला-मिठाले आधार; पन त्याचा गैरफायदा ह्या असा."

"अगाऽ काम रेंगाळन्याचं सोड तू; पण समजा थे पोट्टं एखांद्या झाडावरून पडून हात-पाय मोडला काई, तं कोनामांगं येईन. धावपळ?"

"थे तुह्येबी खरंच आहे मना... बरं, सांगतो समजावून दोघाबी मायलेकाइले."

हे असे कागाळ्यांचे प्रसंग नेहमीचेच. बनू-बबन दोघांच्याही सरावाचे झाले होते; पण दोघांशिवायही निभण्याजोगं नव्हतं. म्हणून दोघांकडही कानाडोळा केल्याशिवाय गत्यंतर नव्हतं. त्यांना एक मायचा, एक मावशीचा अशी वागणूक देऊन भागणारं नव्हतं. तसंबी, कास्तकारी म्हणजे दोन्ही डगरीवर पाय देऊन चालणं. कंटाळा येईपर्यंत; पण याला उपाय नव्हता. ...एकाएकी आभाळ गडगडू लागलं.

पाहता पाहता आभाळ काळंभोर गडदलं. सूर्यामुखं पाण्याचे दोरे सुटलेले. वारा आडव्या तिडव्या झडपा मारू लागला. बनूनं घड्याळीत पाहिलं, पावणेसहा वाजले होते. ऐन गावाकडं परतण्याच्या वक्ताला पाण्यानं मूळ धरलेलं. वरून पाण्याचा बारीक फवारा सुरू झाला. पाला कापण्याऱ्या बाया-माणसांनी घाईघाईनं टोपले भरले. भरलेले हारे-टोपले घेऊन बाया-माणसं कोठ्यावर आले. कला मात्र अद्याप एकटीच पाला कापत होती.

रिकामा जेवणाचा डबा हाती घेत द्वारकानं बनूला म्हटलं, "आम्माय, कलाबाई नाई आली?"

बनू कलाजवळ तुतीत गेली, "चालनं वं, कलाबाई... बाया निंघाल्या नं घराकडं. थेंब सुरू झाले पान्याचे."

"तुमी चाला... हे यवढी वळ पुरोतो न् मंग येतो मी."

बनूनं कलाचा हात धरला, "आवं, तं आता लोभ कायले करतं? पाला झाला नं कामापुरता."

"भरलंबी का त्याचं पोट लघ्यातच?" -कला तणक्यानं बोलून गेली, "आता त्याले रातभर झोपजो मना पाल्यावर!"

कला ऐकत नाहीसं पाहून बनू मागं फिरली. बायामागं गावच्या रस्त्यानं लागली.कलानं झाड पडेपर्यंत पाला कापला. भरलेला हारा रेशीमघरात नेऊन दचडला. शेवाच्या पदरानं खर्र खर्र तोंड पुसून एक जळती नजर पाला टाकणाऱ्या गिरीधरकडं फेकली! अंधाराची ठेचकाळत घराकडं निघाली... एकटीच.

तेव्हापासून कलाचं अन् गिरीधरमधलं अंतर आणखीच वाढलं. दुसऱ्या दिवसापासून ती कोणात न मिसळता एकलकोंडी राहू लागली. दुपारची जेवताना पंगतीत न बसता एकटीच खोलीत जाऊन जेवली. एक नाही अन् दोन नाही. गिरीधरनं तिच्याशी भांडण नको म्हणून कायम अबोला धरलेला.

तिसऱ्या दिवशी बनूनं शेतात आल्या आल्या रेशमाच्या कोषावरल्या अळ्या वेचण्यासाठी कलाला आवाज दिला-

"कलाबाई, चाल वं- अळ्या येचाले."

"तूच येच अळ्या!" ती फणकाऱ्यानं बोलली, "मी जातो धुरा कापाले."

पाहता पाहता कला पाठमोरी झाली. तिच्यामागून तिच्यासंग कामाला आलेली रंजनाही निघाली. बनूनं रंजनाला आवाज दिला, "तुबी चाल्ली का वो, रंजे? अवघ्या जनीले अळ्या येचा लागते नं अज–"

रंजना चालता चालता थांबली. कलानं तिला मागून इशारा केला,"राहू दे, जाऊ नोको. आफन जाऊ धुऱ्यावर."

रंजना कानकोंडली झाली. जावं तरी पंचाईत अन् न जावं तरी पंचाईत!

एकीकडं मालधनीन अन् दुसरीकडं तिला रोजगार मिळवून देणारी. ती थबकून उभीच राहिली. तिला तशी पाहून बनूचा पारा भडकला.

"तुहं बी मन नाई वाट्टे! माह्या शब्दाले काईच किंमत नहि राह्यली का?" ...चाल्ली तिच्यामागं धावत!

रंजना परत कोठ्यावर रेशीमघराकडं वळली. कला एकटीच धुऱ्यावर गेली. बबनचा गावात रेशीमचा एकटाच व्यवसाय. मजुरांना रेशमाच्या अळ्या हाताळण्याची सवय नव्हती. नव्या-नवख्या, शेतात पहिल्यांदाच येणाऱ्या बाया अळ्यांना हात लावायलाच तयार नसत. अळ्यांच्या गुलगुलीत स्पर्शानं त्यांना शिसारी येई. कलासारख्या काही सरावलेल्या बायाच तेवढ्या अळ्या वेचण्याचं काम करत होत्या. त्यात हा मजुरांचा तितंबा... एका दिवशीच्या घडीभऱ्याचा तणाव; पण तो सापावानी डूख धरून राहिला.

कलाची टेस वाढतच गेली. गिरीधरही तिचा काळवास करू लागला. कला अवघ्यांच्या मनातून उतरली. तिला आपल्यासोबत सारेच बेरूख असल्यावानी वाटे. ती एकटी पडली. मनातून पुन्हा पुन्हा तुटत गेली. दररोज कोणाशी ना कोणाशी तिची वादावादी होऊ लागली. थोड्या थोड्या क्षुल्लक निमित्तावरून तोंड वाजू लागलं. शेपटावर पाय दिलेल्या नागिणीवानी तिचं वागणं.

बगिच्यात वखरण्यासाठी बैल पाठवायचे सोडून, तिनं तिच्या पोराला लांबच्या शेतात बैल चारायला मुद्दाम पाठविलं. गिरीधरनंही उणीवर दुणी काढत, बैल आणायला न जाता बागातल्या वखरणीचं काम दिवसभर बंद ठेवलं. बबन अन् बनूची मात्र विनाकारण गोची होऊ लागली. दोघांचा झगडा अन् तिसऱ्याचा लगडा! सकाळ-दुपार-सांजेला कलाचाच विषय. तेच ते बोलून-चिवडून चोथा होऊ लागलं.

कलाचं मन मात्र सैरभैर. पिसाळलेल्या कुत्र्यावानी... याला तोडू का त्याला तोडू असं. मनातला गाळ ती वावराच्या रस्त्यानं मोकळा करी. रंजना तिला समज देई–

"नाई पन, कलाबाई... तुहंच चुकलं थे. तिनं अळ्या येचाले बलावलं, तं येऊन जाती तूबी आमच्यासंग."

"तुले नाई समजत, रंजे थे... थ्या काळमुख्याच्या तोंडापुढं मी अळ्या येचाले येऊ का तिथं? यवढी सांगकामी असंन, तं नाई जानार मी थ्या वावरात. काई हांडीत गोटा नाई पडून राह्यला माह्या."

"तसं नाई, कलाबाई... आपल्याले कामच करनं हाये नं. कोनतंबी सांगो थे. आफन काय, हुकमाचे ताबेदार!"

"म्हंजे?" कला तडकली, "मगं बाया वाढोन्यासाठीच आहो का मी फक्त?

पेरन्या-डाळन्याले आनं निंदनासाठी बाया म्या जमवाव आनं उडीद-मूंग तोडाले त्याइनं दुसऱ्या आनाव् का आयत्या बिळावर?''

तितंब्यामुळं वाढलेल्या तणावानं बबनच्या वावरातलं आनंदी वातावरण पार हरवलं. त्याची जागा आता बेबनावानं घेतलेली. तरीही बनू अन् बबन कलाशी मुद्दाम बोलत; पण ती कोणत्याही विषयावर बेरुखीनं उत्तर देई.

''वामनभाऊ, तुह्याघरच्या दारकावैनी नाई दिसत अज वावरात?''

''कायले, बबनभौ? थे कलाबाई मंग रिक्कामा आमचा खार खाते दोघाचाबी.''

''खाते तं खाऊ दे; पन वैनीची कायले मजुरी पाडतं तू?''

''ऊंऽऽ राहीन लमची चार दिवस घरी.''

वावरातून परतल्यावर बबनच्या घरीही रात्री कलाचाच विषय चालत असे. कलाचे रोजचे तितंबे पाहून गिरीधर अन् वामन म्हणे–

''बबन भौ, आमचं काम आमाले सांगून देत जा तू ...आनं 'तिचे' कामं तिच्याजौळ सांगत जा तू. आमाले तिच्यापासून अल्लग दुसरीकडं देत जा कामं.''

''हौ, नाई तं मंग उद्यापासून आमीबी येत नाई वावरात!''

अशा धमक्या ऐकून बनू-बबनचे कान किटू लागले. अशा वेळी वैतागलेला बबन म्हणे, ''इचीमायमी! काई ढंग नाई राह्यला ह्या कास्तकारीत. असे तितंबे पाह्यन्यापंक्षा यखांद्या नाप्पूरवाल्याले इकून टाकावं हे वावरं सस्तेमाहाग!''

बनू कपाळाला हात लावून म्हणे, ''नाई खपले वावरं, तं कोनाले ठेक्या-बटईनं लावून द्यावं. काय होये हे? ढोरावानी कष्ट तं कराच करा आनं पुन्ना रोजरोज तितंबेबी पाहा मजुराइचे!''

या कटकटींना कंटाळून बबननं एवढ्यात वावरात जाणंच बंद केलं होतं. गेल्या पंधरवाड्यात त्यानं कसा म्हणून पायच टाकला नाही वावरात.

एक दिवस द्वारकानं सबाकती बनूला दुपारच्या जेवणवेळी विचारलं-

''बनूबाई, बबनभाऊ कुठं गेले वं, लंब्या दौऱ्यावर? कहीचे दिसत नाई वावरात.''

''कुठं जातीन... हायेत घरी.''

''घरी काय करतेत दिवसभर? काऊन, काई तब्बेत-गिब्बेत?''

''तब्बेतीले काय झालं?... खानं न झोपा काहाडनं.''

''काऊन मनाव्, बाई?''

''कट्टाळलेत थे- ह्या वावरातल्या तितंब्याइले.''

जेवणाचा डबा उघडणाऱ्या कलाच्या मनात एकाएकी काय आलं, कोणास ठाऊक?... ती तिचा भाजीचा डबा उचलून लगंलगं गिरीधरजवळ गेली. त्याच्या डब्यात तिच्या डब्यातली भाजी टाकू लागली. गिरीधरनं त्याचा डबा मागं ओढला.

तशी ती जबरीनं बोलून गेली–

"घे, जहर नाई कालोलं भाजीत!"

कलानं जबरदस्तीनं गिरीधरच्या डब्यात भाजी ओतली.

अवघेजण तिच्या या बदलेल्या अवताराकडं तोंड वासून पाहातच राहिले.

कोणाशी काही न बोलता कला मुकाट्यानं जेऊ लागली!

'देशोन्नती' दिवाळी ०७

●

टिनटप्पर

देवा डोळे चोळत अंगणात आला. सकाळ उठून त्याची नजर बैलांकडं वळली. तिथला शेणाचा गळाठा तसाच पाहून त्याच्या डोळ्यांतली आस सरून गेली. देवा दिसताच बैलं माना वळवून टिमकारल्यावानी त्याच्याकडं पाहू लागले. अंग झटकून उठले. देवानं त्यांना खुंट्यापासून मोकळलं. धामण्या बैलानं दररोजच्या सवयीनं टाक्यात तोंड घातलं. त्यानं बैल बाहेरच्या बांधोडीवर नेऊन बांधले. त्यांच्यापुढं हाराभर कुटार टाकलं.

धडीवर दात घासताना देवाची नजर पुन्हा पुन्हा दाङ्घ्याकडं वळू लागली. त्यानं दिवालघडीकडं पाहिलं. काटा सातावरून पुढं सरकत होता. त्याची उमेद पुन्हा जागी झाली. डोळे रस्त्याकडं वेध घेऊ लागले. सुलोचनाचं सडा-सारवण आटोपत आलेलं. चहा उकळताच तिनं त्याला आवाज दिला. चहा पिऊन होताच देवा बराच वेळ बसल्याजागी खांडाशी टेकून राहिला. का कोण जाणे, आज जागचं उठावसंच वाटत नव्हतं. अवघं शरीर चारी बाजूनं फुटल्यावानी दुखत होतं. या ढगाळ वातावरणाचं हे असंच. जरा जास्त धावपळ झाली की, अवघं आंग अकडून येई. तो एका जागी बसून बसून कंटाळला. नजर पुन्हा पुन्हा दाङ्घ्याकडं वळत होती. दिवालघडीचा काटा आठाकडं सरकलेला. त्याच्या डोळ्यांतली उरली-सुरली आशा सरून गेली.

एक लांब सुस्कारा सोडून देवा उठला. 'बावाऽ चक्रधराऽऽ' म्हणत गोठ्याकडं गेला. गव्हाणीपुढल्या गायी खडबडल्या. त्यांच्या गळ्यातले घाटरं टणटणू लागले. 'इचिमायमी ह्या शेनकुडाच्या' म्हणत तो शेणाचे पोवटे पाटीत टाकू लागला. हिरव्या चाऱ्यावरचे जनावरं. सकाळी उठून नुसतेच पातळ फदंफदं हागायचे. त्यात अध्येमध्ये गोमतिराचे डबके. भुईवरचा पोवटा हातानं सावडता येत नव्हता. पाटीत टाकताना पातळ शेण खाली गळून पडत होतं. देवानं दोन पाट्या शेण कोपऱ्यातल्या ढिगावर टाकलं. हप्ताभऱ्यापासून ऐन आवारात जमा झालेला शेणाचा ढीग त्याला बैचेन करू लागला. पातळ हिरवट शेणाचा उग्र वास त्याच्या नाकात भिनून उरला. थेट घशाखाली जावून त्याचा जीव मळकू लागला. जनावरांपुढलं शेण त्याला सावडता जरूर येत होतं; पण ते नदीकाठच्या उकिरड्यावर नेऊन टाकता येत नव्हतं. त्यानं एक-दोनदा तसं ते नेऊन पाहिलेलं; पण त्याच्या डोक्यावर शेणाची पाटी पाहून रस्त्यावरचे लोक त्याला भंडावून सोडत-

"काऊन गा, देवा... सालदार कुठं गेला?"

देवाच्या तोंडात नको ते उत्तर येई; पण जिभेला आवर घालून तो कसंनुसं म्हणे, "ऊंऽऽ कामी नाई यवढ्यात."

"आरेऽ पन रोजदार नाई सांगावं का यखांदा?"

कोणकोणत्या प्रश्नाला उत्तर द्यावं?...खरं म्हनजे, असं मानादानाचं मानुस

होनंबी वाईटच. त्याच्यानं हरएक कामात परावलंबी होऊन जाते मानुस. लोकही नाना प्रश्न विचारून भंडावून सोडतेत. एकवेळचा प्रतिष्ठितपनाचा शिक्का लागला म्हनजे चारचौघांदेखत आपलंच काम कराची लाज येते आपल्याले... त्याच्या डोक्यात नाना किडे वळवळू लागले.

"बापूऽ थो कोठा झाडाचा राहू दे तू... मी झाडून घेतो हातालागला आता."

"राहू देऽ... झाडतो मीच," देवा जरा सनकीनंच बोलला, "मले कोन्ते कामं आहेत दुसरे?"

"सापडंन तं यखांदा रोजदार तरी पाहून येता जरा-"

देवा आणखीच अंगाची आग झाल्यावानी बोलला, "तूच जा- रोजदार पाहाले! मी थकलो पाहू पाहू."

मालाई एकाएकी उदासली, "आता ह्या थकत्यापायी माह्याच्यानं दारोदारी हिंडनं झालं असतं, तं कायले तुले जा मनलं असतं, बाप्पाऽऽ?"

देवानं जबरीनंच मायच्या हातातला खराटा हिसकला. खर्रखर्र गोठा झाडू लागला. जनावरांच्या उठण्या-बसण्यामुळं गोठ्यातल्या भुईला जागोजागी खड्डे पडलेले. त्यात साचलेले गोमतिराचे डबके. खराट्यानं झाडताना डबक्यातल्या गोमतिराचे शिंतोडे नाका-तोंडावर उडत होते. हाता-पायावर पातळ शेणाचे लगदे चिकटून बसलेले... देवाचा जीव कासावीस झाला. या वयात म्हाताऱ्या मायनं हाती खराटा घेऊन शेणपाणी करावं, हे पाहवत नव्हतं... पण दिवस फिरले उफराटे.

यापूर्वी अवघ्यांचे गायी-वासरं एकत्रच चरायला जायचे. कामरगीचा सालदार गायकी वडिलांपासूनच गायी चारायचा. गायीचं शेणपाणी, सोडबांध, दूध दोहणं असं सारंच कामरगीत करायचा. इतर कास्तकारांचेही जनावरं ठरलेल्या महिन्याप्रमाणे चारण्यासाठी त्याच्याकडं असत; त्यामुळं काळजी नसे. पण पुढं काळ बदलला. गावकामगारांच्या अवघ्या बलुतेदाऱ्या अन् कामरग्या बंद झाल्या. त्याचं वारं गायक्याच्या तरण्या पोरांनाही बाधलं. त्यांनी गायी-वासरांची उसाभर बंद केली. कोणी पोर देशी दारूचे पव्वे ने-आण करण्यात रमलं, तर कोणी बांधकामावरचा सिमेंट मसाला कालवण्यात रस घेऊ लागलं. पाहता पाहता दिवाळसणाला गायी खेळवण्याच्या, ओवाळण्याच्या प्रथाही बंद झाल्या. त्याऐवजी गुराखी पोरं दारू पिऊन वाजंत्र्याच्या तालावर नाचत घरोघरी जाऊन दोहे-झडत्या म्हणू लागले... गाय अन् मायमातीशी असलेली नाळ अशी तुटत गेली. वीस एकरांचा एकटाच एक धनी असूनही घरातल्या म्हाताऱ्या माणसावर शेणपोवटा करण्याची पाळी यावी, यापेक्षा दुर्गती कोणती? ...पातळ शेणकुडाचा फताला सावडताना देवाच्या ओठावर शिंतोडे उडाले, तसा त्याचा जीव आणखी कासावीस झाला. दोन्ही हात भरलेले असल्यानं तो शर्टाच्या बाहीवरच तोंड रगडू लागला.

"कावोऽ... जरासे जाऊन काऊन नाई पाहा," सुलोचना भांड्यांचा आवा घेऊन

बाहेर येत बोलली, "काय झालं लक्षमनले तं?"

"सारे कामं सोडून आता त्याचेच लोंबटं तोंडाचे आहेत का? जाऊ दे, मी नाई जात-गित!" देवा वैतागून बोलला.

"मंग आता कसं करतं बापाऽ? दिन पडला बाका आनं गध्याले मनाव् काका!" मालाईनं सुनेची बाजू धरली, "आपल्या कामासाठी करा लागते सारं!"

बोलणं सुरू असतानाच चर्ररऽऽऽ आवाज झाला. शिंगऱ्या गायीनं मागचे दोन्ही पाय फाकवून मुताची धार सोडली. देवा डबडं घेऊन तिकडं धावला. गायीचं गोमतीर डबड्यात धरू लागला. तेवढ्यात गाय हागायला लागली. शेणाबरोबरच तिनं सोडलेला उग्र घाण भपकारा देवाच्या घशात घुसला. गोठ्यातल्या खड्ड्यात गोमतीर साचून राहू नये म्हणून ते डबड्यात जमा करण्याच्या उपायाला हे असं गालबोट लागत होतं. रोजदाराअभावी बैलबंडीनं खडकाच्या खेपा आणून गोठ्यातले खड्डेही बुजवणं होत नव्हतं. तशी अद्याप पावसाची झड लागली नव्हती. उघाड असेपर्यंत पिकांना डवऱ्याचे फेर देण्याची धावपळ होती; पण लक्ष्मण कामावर नसल्यापासून दोनाऐवजी देवाचा एकच डवरा बैलजोडीवर असे. एका डवऱ्यानं वाहीत उरकत नव्हतं. डवऱ्याचा फेर पुढं सरकत नव्हता. त्यात अधूनमधून येणारा पाऊस डवरण्यात खोडा घालत होता.

एक दिवस सुलोचना त्याच्या डवऱ्याजवळ येऊन बोलली-

"एकच एक डवरा कित्तीक दिवस वाहान असा? नुसते बैलं घाईस येतेत अशानं."

"मगं काय कर मन्तं मले?"

"अंखीन एक डवरा जुतून घ्या... मी वाहून पाह्यतो-"

"हो, हो! बायाइकून जमते का हे- मानसाचे कामं? लोक काय मन्तीन?"

"लोकाइचं मननं महत्त्वाचं, का आपलं काम महत्त्वाचं?"

"पन रस्त्यावरचं वावर आपलं. लोक हासतीन नाई का?"

"हासू द्या... हासनाऱ्याचे दात दिसतेत!"

सुलोचनानं जबरीनंच नवऱ्याजवळचा डवरा आपल्या हातात घेऊन चालवून पाहिला; पण तिला सवय नव्हती. पिकांच्या पोट्यातलं तणकट निघण्याऐवजी डवऱ्यानं तासातलं सोयाबीन उखडत होतं. देवानं तिच्या रुमण्यावर असलेल्या मुठीवर हात ठेवून डवऱ्याचा तोल कसा सांभाळावा, हे तिला शिकवलं. सुलोचना तशी चपळ अन् कष्टीक. तिला ते साधायला उशीर लागला नाही. देवानं लगेच दुसरा डवरा जुंपला... त्या दिवशीपासून शेतात एकाऐवजी दोन डवरे सुरू झाले.

शेणानं कोपरापर्यंत बरबटलेले हात देवानं दगडावर घासून धुतले. साबन लावूनही हातांचा उग्र दर्प जाता जात नव्हता. दहावीत शिकणारा शानू तर शेणाला बोटही लागू देत नव्हता. नवथळ पोर, मॅट्रिकचा अभ्यास म्हणून देवाही त्याच्यामागं

कामाचा लकडा लावत नव्हता... आपण दोघंही नवरा-बायको राबतो, भोगतो हेच बक्कळ! लेकराबाळाले कायले ओढाचं ह्या रहाड्यात? पण कामाचं ओझं कधी कधी न पेलवण्याइतकं जड झालं म्हणजे, पोरानं ते निदान उचलण्याइतपत हातभार लावावा, असं त्याला खूप वाटे. पण शानूला त्यात तीळभर गोडी नव्हती. चित्रं, पुस्तकं, मोबाइल अशा गोष्टींतच रमणारं पोर. त्यानं कसं सांभाळावं बापाचं ओझं?

देवानं बैलांपुढं कडबा टाकला. सतली घेऊन गोठ्यात गेला. वासरू गायीजवळ सोडलं. एकहाती गाय. लक्ष्मणशिवाय दुसऱ्या कोनाला दोहू देत नव्हती. तरीही देवा दररोज मिळंल तेवढं चहापाण्यापुरतं दूध कसंतरी दोहून घेई. गायीच्या लाथा, शेणाचा बरबटा अन् गोमतिराचा दर्प यातच प्रत्येक दिवस उगवत होता अन् बुडतही होता. या रोजच्या कामापायी उन्हाळ्यात काढलेला लसूण अद्याप विकायचा राहून गेलेला. लसणाच्या ढिगातले गाठे फुटून अवघ्या कळ्या झाल्या होत्या. या कामाच्या धबडग्यात ना कुठं जाता येत होतं, ना जरा म्हणून फटकता येत होतं.

घाईघाईनं अंगावर पाणी घेऊन देवा घराबाहेर पडला. रस्त्यानं भेटंल त्याला विचारू लागला - ''का गा, सेवकराम... येतं का कामाले?''

''कोनतं काम होये?''

''डवराचं.''

''कितीक दिवसाचं हाये?''

''कितीक म्हंजे?- लंब्या पाथीचं आहे.''

''कोनत्या वावरात?''

''आरेऽ तं इथं जवळच्याच खारपाटीत आहे आता डवरनं.''

''ऊंऽऽ'' सेवकरामनं नाकाला आठी पाडली,''नाई जेमनार बा.''

''काऊन?''

''मले थे बीपीएलच्या कारडाचं जेमवून आनाचं हाये- तह्यसिलीतून.''

''मगं पह्यलेच असं सांगाले काय झाल्तं तुले?'' देवा झटक्यानं वळला, ''चवकश्या भारी अन् घुगऱ्याची न्याहारी!''

चालता चालताच देवाचं डोकं आग्यामोहोळावानी भन्नावू लागलं... जिकडं तिकडं हे असंच. काम कराची गरज कोनालेच उरली नाई. जो-थो बीपीएलच्या मागं. मह्यन्याभऱ्याचा दाळदाना पाव किमतीत कोनाले नोको आहे? दोन दिवस मजुरी केली म्हनजे चार दिवस घरी बसून ऐशआरामात खानं होते. मह्यन्याभऱ्याचं रेशनचं खाऊन सरलं नाई, तं मंग दुसऱ्या गरजवंताले वाढीव भावात विकून पैसाबी उभा करता येते- हातखर्चाले... अन्नसुरक्षेच्या नावाखाली दर मह्यन्याले भेटणाऱ्या या बीपीएलच्या राशनामुळं कास्तकारीचे वांधे झाले होते.

''का गा, देवाऽ भौ ...इकडं कुनीकडं?''

"आगा टिकाराम, खाली आहे का तू?"

"कोन्तं काम होये?"

"डवराचं," देवाची आशा पालवली, "येतं का मंग?"

"बरं, रोज काय देशीन?"

"देईन, जो चालू असंन थो. रोजाचं काय यवढं?"

"नाई मनलं, गोडं तेल अंशीवर गेलं. अवंदा सुयाबीनचे भावबी अडीच हजारावर पोहोचले. आपलं रोजाचं बोलून घेतलेलं बरं."

"बरं, तूच सांग, कितीक पाह्यजेन तुले तं- आनं अज येतं का थे बोल-"

"अज तं नाई जेमनार, ब्वा. मी तिकडंच रोजगार हमीच्या कामावर आहो- दोन मह्यन्यापासून. मनलं, इतवारी सुट्टी राह्यते, तं यक दिवस भागवून देईन तुह्यं काम."

"मंग यका दिवसासाठी नेऊन काय करू तुह्यं?"

देवा तिथूनही सटकला. बाजार चौकाकडं वळला.

"कुठं रे, देवाऽ?" रावताचा संभा खर्रा घोटत त्याच्याजवळ आला, "घे खर्रा... कितीक फेर झाले डवऱ्याचे?"

"कुठं काय, अद्याप पह्यलाच व्हाआचा आहे पुरा."

"काऊन मनाव?"

"मानुस कामी नाई. बरं, तुहे कितीक फेर झालेत, संभा?"

"आपलं काय, पह्यला फेर बसला आनं मंग फवाराच मारला, इचिबहीन!

...कुठं दाहा खेपा लोंबळ्या तोडाले जातं बाया-मजुराइच्या?"

"अगाऽ आमीबी मारला अस्ता फवारा; पन करतं काय? सारं इसळ-मिसळ पेरलं. सोयाबीनात जवारी - धावडीचा इरवा टाकला. थे इरव्याचं सारं मरनार नाई का फवाऱ्यानं?"

संभा बोलत असतानाच पवाराचा दामू जवळ येऊन टपकला, "जरा पाहू दे रे, खर्रा... आनं संभा, तू कोनाशीन बोलून राह्यला - जातीबाहिरच्या मानसाशीन?"

"काऊन रे, दामू..." देवानं विचारलं, "मी कहीपासून गेलो जातीबाहिर?"

"आरेऽ तं, जातीबाहिर नाई तं का?... ज्याच्या घरचं बाईमानुस डवरा हाकलते, थो जातीबाहिरच! तुनं पाह्यलं का जगामंधी कुठं- कोन्या बाईले डवरा हाकलतानी?"

"नसनं हाकलत डवरे, पन विमानं तं चालोतेत का नाई बाया?"

"थे सोडून दे इमानाचं; पन आपल्यासारक्या बळीराजानं घरच्या लक्ष्मीले असं डवऱ्यामांगं? मी तं आयकून चाटच पडलो, गड्या!"

"आरेऽ तं घरचा रोजदार कामी नाई. दुसरा मनशीन तं अवशिदात टाकाले बी सापडत नाई. मंग काय करंन? एका डवऱ्यानं कितीक दिवस डवरंन यवढे वावरं? त्यात तनकट भारी."

"पन तू काईबी मन, देवा... तुमच्यासारक्या प्रतिष्ठित मानसाले सोभत नाईत असे कामं! अवघ्या गावात चेर्चा आहे तुमची!"

"कशी, ब्वॉ?"

"हेच, देवा पाटलाची बायको डवरा हाकलते म्हनून."

दामूचं ऐकून देवाचं डोकं सुन्न झालं... ह्या अंखीन नवाच करमभोग. काय मनाव याले? आपले कामं आफन सोता कराची लाज कायची? पन मंग लोकाइनं काऊन बोलाव असं?... त्याला विचारात पडलेला पाहून संभानं हिंमत दिली-

"जाऊ दे, देवा... तू कायले इच्यार करतं यवढा? आपले काम आफन कराव. लोकाइले काय? गंजावर झाकन ठेवता येईन; पण लोकाइच्या तोंडावर थोडंच ठेवता येते? घे, खर्रा घे ह्या. नाई खर्‍यानं हीक येनार, तं यखांदा पव्वा मारून घे- झक्कासपैकी!"

काही न बोलता देवा चौकाच्या कोपऱ्यावरून बबनच्या घराकडं वळला. त्याच्या दाठ्यातूनच आवाज देऊ लागला.

"आहे का बबनभौऽ घरी?"

"नाई जीऽ बापूजी," बबनची बायको- रुख्मा कलर टिव्हीचा भनानणारा आवाज कमी करून बोलली, "काऊन जी, कोन्तं काम होतं?"

"डवरासाठी रोजदार लागत होता, पन गेला कुठं ह्या?"

"थे सक्काळीसच गेले - नाप्पूरवाल्याच्या कामावर. आता सुट्टी झाली म्हंजे येतीन- बारा वाजेपावतर."

"मनजे आठ-बाराची डिवटी आहे का नाप्पूरवाल्याकडं?" देवा जरा थांबून बोलला, "मंग यवढी भरपूर रोजाची आनं सुकाची पाथ सोडून थो उनीतानीत गळपत्तर व्हाआले कायले येते आमच्याकडं?"

"तुमचंबी खरंच हाये, बाप्पूजी."

"बरं, तुमी कुठं जाता, वैनी? तुमी चालानं निंदाले-"

"माह्यं कसं जमंन, जी? मीबी तं तिकडंच आहो नाप्पूरवाल्याकडं- मजुराइले पानी वाटासाठी."

"मजुराइले पानी वाटन्यासाठी पेशल बाई!" देवानं नवलानं पुसलं, "लय पुरवंन मनाव अशानं कास्तकारी! पन मंग तुमी काऊन अज घरी?"

"भिशीची सोडत होती आमच्या. जेवनबी आहे तिथं."

बोलता बोलता रस्त्यावरचं मोकाट कुत्रं देवाच्या पायात घुटमळू लागलं. मध्येमध्ये करत होतं सारखं. कुत्र्याला हाडहूड करत तो निघाला. कुत्रं बाजूला झालं खरं; पण देवाच्या मनातून ते जाता जात नव्हतं... आपलीबी गत ह्या कुत्र्यावानीच! एकेका मजुरासाठी दाठ्यांमांगून दाठे पुंजनं; पन कोनीच कुटका टाकत नाई. आपला

समाज घरच्या सूनवायरीले काम करू देत नाई. मंग काय कराव कास्तकारानं? स्वतः शेती पिकवल्यापेक्षा अजकाल मजूर होनं बरं. निदान मानानं तरी जगता येते मानसाले.

लक्ष्मनचं असंच झालं. आजकाल सालदार मिळनं दुर्मिळ झालं, म्हनून त्याले फुलावानी झेलत गेलो. त्यानं मांगण्यापूर्वीच दर हप्त्याच्या बजाराले पैसे देत गेलो सोताहून. त्यानं शंभर मांगतले, तं दीडशे त्याच्या हातावर ठेवत होतो. कामाची पिरपीर नव्हती. कोनताच तगादा न्हौता- त्याच्यामांगं. तरीही त्यानं ऐन कामाच्या धावपळीत तोंडबुचक्या पाडलंच. बिचारा, कव्हा कामावर येते, देव जाने!

लक्ष्मणच्या विचारात असतानाच देवा पुन्हा केव्हा चौकात आला, ते त्याचं त्यालाच कळलं नाही. रोजदार मिळण्याची आशा सरली म्हणून त्यानं टपरीपुढं उभ्या असलेल्या उमेशला सबाकती विचारलं-

"आरेऽ उमेश... लक्ष्मन दिसला का तुले इकडं काल-परवा?"

"नाई तं, बा ...काऊन, कामी नाई का?"

"नाई. पाच-साहा दिवस झालेत आता."

"आरेऽ तुह्याकडच्या रोजदाराले इच्चारून राह्यला का तू, देवा?" उमेशजवळ उभा असलेला एकनाथ बोलला, "थो तं परवा माह्याजौळच बसला होता- घन्टाभर. गाडी तं मस्त तर्रऽ होती लेकाची! पन मले तं थो दुसरीकडं पाथीवर लागलो म्हून सांगत होता."

"दुसरीकडं गेला?" देवाचं डोक भन्नावलं, "काऊन मनाव?"

"काय... तू पयसे का काय नाई देत मने बा, येळेवर."

"वा रे, वा! हेबी खूब झाली मनाव आंगभर! वरमाय शिनाल न् वऱ्हाड्यावर बोल!"

"पन त्यानं आता ऐन कामाच्या वक्ती आनली का नाई तुह्यामांगं इचाराची बाजू?"

"त्यात कायचा इच्चार, एकनाथ?" उमेशनं काटा मारला, "पेशलमंधी वैनी आहे नं- डवरा हाकलाले!"

देवाच्या काळजावर आणखी मीठ चोळल्यावानी झालं. तो कसायापुढं उभ्या केलेल्या गायीवानी मुकाट राहिला.

"हे असंच होनार आहे, देवाभौ... याच्यापुढं," चहाचा कप तोंडाले लावत पानठेल्यावरचा रूपराव बोलला, "पह्यल्या काळात कामं कमी आनं मजूर जास्त होते. थ्यावक्ती कास्तकाराइनं अन् मालगुजाराइनं मजुराइले लय छळलं. आता मजूर कमी आनं कामं जास्त झालेत. म्हून मजूर कास्तकाराइले छळतेत. एक दिवस सासूचा अन् यक दिवस सुनंचा, दुसरं काय?"

देवा मुकाट घराकडं वळला. हात-पाय गळल्यावानी रस्त्यानं चालू लागला.

डोकंच कामातून गेल्यावानी वाटत होतं त्याला. त्याचे सारेच उपाय थकलेले. कास्तकारीचे कामं वेळेवर झाले, तं बरं; नाई तं काईच खरं नाई. एकीकडं निसर्ग बोटावर नाचवते अन् दुसरीकडं मजूर. आपली गत नुसतीच कठपुतलीवानी... देवा घरी आला तेव्हा आंगणात टिनटप्परवाला उभा होता. सुलोचना भंगारातलं टिनटप्पर चिवडत होती. वखराच्या तुटलेल्या फासा, डवऱ्याच्या इड्या, इळतं, टिनपटाचे फुटके डबे, झाकण्या, पिपे असं काहीबाही आंगणात अस्ताव्यस्त पसरलेलं देवा गेल्यागेल्याच वैतागानं बोलला -

"हे टिनटप्पर आत्ताच काहाडाचं होतं का तुले?"

"नाई तं मंग कवा काहाडू? अर्धी पडवी भरून गेली ह्या भंगारानं. दुसरं काई म्हून ठेवाले जागा उरली नाई. कोन्त्या कामाचं आहे हे?"

"काय भाव घेता गा, हे?" त्यानं भंगारवाल्याला विचारलं.

"साहा रुपे किलोनं घेतो जी, भाऊ."

"फक्त साहा रुपे?...नवं काई घेऊ मनलं तं पन्नासाच्या खाली भेटत नाई." देवानं मग जरा थांबून विचारलं, "नुसता ह्या एकच धंदा करतं का तू?"

"नाई जी, भाऊ... कास्तकारी हाये नं आपल्याजौळ- बावीस एक्कर."

"बावीस एक्कर?"

"हौ...गेल्या वर्षीच घेतली- ह्या भंगाराच्या धंद्यावर!"

देवाचे पाचही बोटं तोंडात गेले. ह्या नासुकल्या टिनपटाच्या खरेदी-विक्रीवर बावीस एक्कर शेती घेऊ शकते ह्या धंदेवाला!... आनं आफन बापजाद्याइपासून कास्तकारी करूनबी एक-अर्धा एकर विकत घेऊन जोडू शकलो नाई घरच्या शेतीले. नवी शेती घेण्याचं तं दूरच, पन आहे थ्या शेतीचा अन् प्रपंचाचा गाडा रेटनंबी मुश्कील झालं आपल्याले. काळमानाचाच फरक; दुसरं काय? पंचीस वर्षापूर्वी एक क्विंटल कापसाच्या बदल्यात तोळाभर सोनं येत होतं, आता तेवढंच सोनं पाच क्विटल कापसात बी येत नाई. आपला ह्या कास्तकारीचा धंदाच भंगारात गेला आता. टिनटपरावानी याले काईच मोल राह्यलं नाई अजिबात... भंगारवाल्यानं मोजण्यासाठी वजनकाटा काढला, तसा देवा भानावर आला. त्याच्या वजनाकडं पाहात आपल्याच तंद्रीत बोलून गेला-

"अजून आहे का तुले वावर घ्याआचं?"

"काऊन, कोनाचं आहे का जी विकाऊ?"

"आपलंच आहे... देऊन टाकू ह्या टिनटपरावानी भंगारात!"

भंगारवाला डोळे उचलून देवाच्या तोंडाकडं पाहातच राहिला.

देशोन्नती, दिवाळी २००८

●

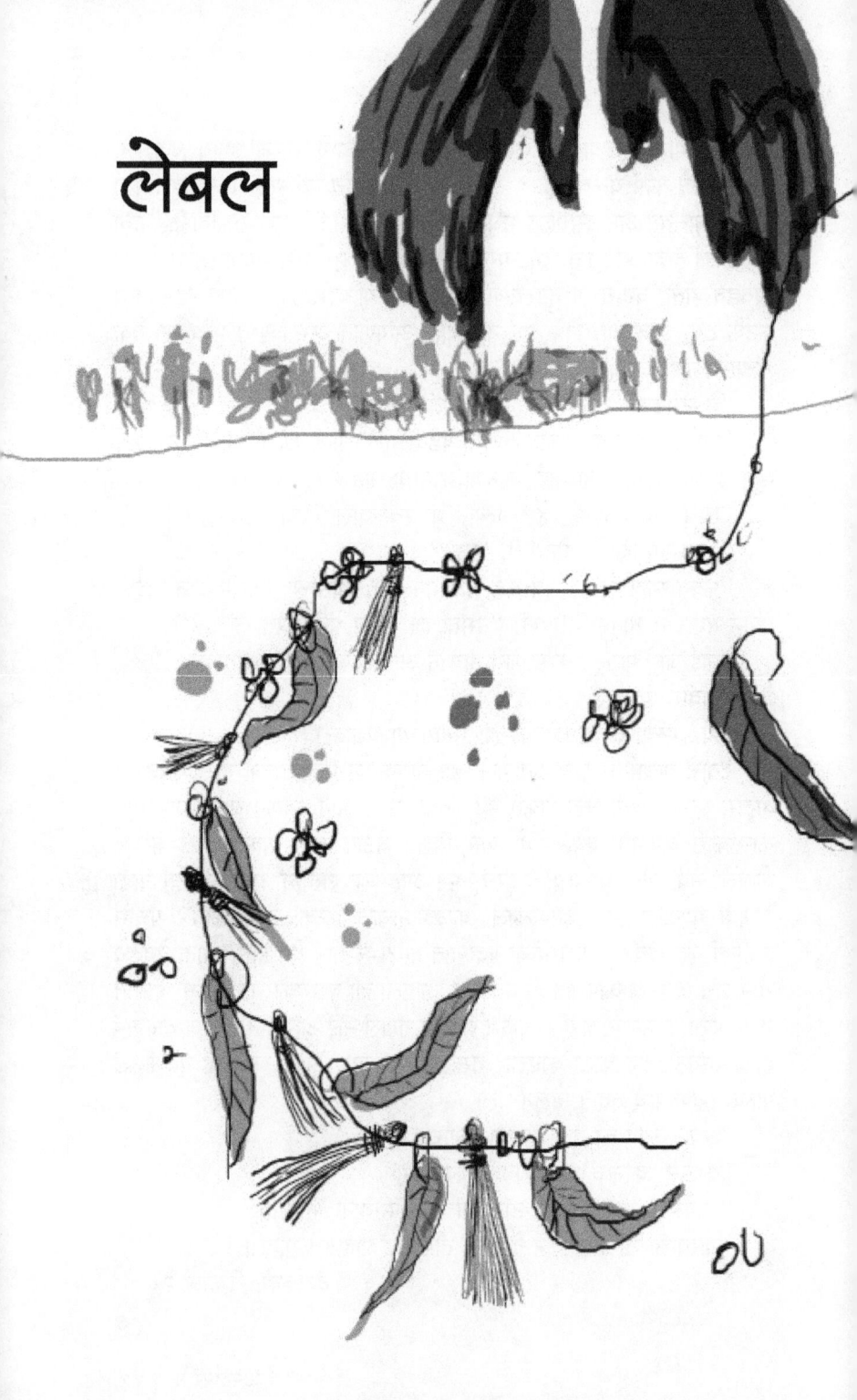

लेबल

रस्त्यानं दम टाकत आलेला बापू रमनच्या दुकानापुढं उभा राहिला. जोत्यावर बसलेल्या इद्याधरला बोलला, "जरासा हात लाव गा, भाऊ-"

इद्याधरनं हाऱ्याकडं पाहात विचारलं, "काय होये रे, आनलं?"

"कोहळं आनं काकड्या होवे."

डोक्यावरचा हारा उतरवून बापूनं दुकानाच्या जोत्यावर ठेवला. त्याच्याकडं पाहात दुकानातल्या गल्ल्यावर बसलेला रमनलाल फुस्कारला-

"थे तिथं नोको मांडू रे रस्त्यात. गिऱ्हाइकाइले अडचन होते माझ्या."

"आगाऽ पर याले कोन्ती मोठी जागा गुत्तून राह्यली तुही?"

"तुले नाय मनलं नं यकडाव. नाय म्हंजे नाय!

बापू बाजूला सरकला. दुकानाचा डावा कोपरा धरून बसला. खाली पलाणं आंथरून त्यावर काकड्या अन् कोहळं ठेवलं. विळ्यानं कोहळ्याच्या दोन-तीन चिऱ्या कापल्या, चिरीवरच्या बिया हातानं निपटू लागला.

सकाळची पारग. दुकानात गर्दी होती. गूळ-चहा, बिडी-काडीवाले गिऱ्हाइक कलमा करत होते. रमनला माल देणं अन् हिशोब करणं सुधारत नव्हतं. पोळ्याचा दिवस. घरी सामान नेण्याची ज्याला त्याला घाई झालेली. पारड्यात वजनाची काढ-घाल करणं रमनला मुश्कील झालं होतं.

बापूनं कोहळ्याच्या चिऱ्या नजरंत पडंन अशा मोहऱ्यावर मांडून ठेवल्या. पाहता पाहता आजूबाजूच्या माश्या ओलसर चिकट चिऱ्यांवर येऊन बसल्या. बापूभोवती भनभनू लागल्या. तो त्यांना हातानं खेदाडू लागला. दुकानात येणाऱ्या-जाणाऱ्या गिऱ्हाइकांकडं पाहू लागला.

दुकानापुढं येऊन थबकलेल्या दत्तूला बापूनं उगंच विचारलं, "इकडं कोनीकडं गा, दत्तू भौ?"

"काई नाई, जरा रवा घेतो दुकानातून," त्याच्यापुढं मांडलेल्या जिनसांकडं पाहात दत्तू बोलला, "कोहळं आणलं का इकाले? पोळा पाहून फोडलं वाट्टे-"

"हो पकून गेल्तं घरी," बापूच्या मनात आशेची भिंगरी भिरभिरली, "मनलं, इकून टाकाव् अज."

दत्तू दुकानात शिरला. बापूचे डोळे त्याच्यावर खिळून राहिले. दत्तूनं दुकानात मोडलेल्या दहाच्या नोटेवर त्याची नजर आसावली. पुन्हा कोहळ्याच्या चिरीवर स्थिरावली. त्यानं चिरीवरच्या माश्या हातानं उडवून लावल्या.

रव्याची पुडी हातात घेऊन दत्तू दुकानाबाहेर आला. बापूचं मन लालचावलं. दत्तू जोत्यावर न थबकताच रस्त्यानं लागला. बापू पडेल चेहऱ्यानं पाठमोऱ्या दत्तूकडं पाहात राहिला.

“कोहळं तुह्यं होये का रे, बापू?” -लिलानं चिरी हातात घेऊन, उलटून-पालटून पाहात विचारलं.

“घे, काकी...पाह्यजेन का?”

“काय भाव हाये?”

“दोन रुपे किलो.”

“यवढं माहाग?”

“माहाग कायचं? याच्यापंक्षा सस्तं काय भेट्टे काकी, दुसरं?”

“बरं, हे काकडी केवढ्याले देल्ली?”

“यका रूपाले!”

“यवढुशी यक्का रूपाले?”

“किलोभऱ्याच्या वरतं आहे नं. मोजून देऊ का?”

“नाई. पुंजंले पाह्यजेन होती. यवढी माहाग घेऊन काय करू?” -लिला दुकानात शिरत बोलली.

“किलोभर साक्कर दे गा, रमन-”

“बारा रूपे होतीन यका किलोचे ...नाय तं तू मंग घनघन करतं, मामी.”

“काल तं म्या अकराच्याच भावाची आनली, गा- थ्या शाबीरच्या दुकानातून. रातोरात भाव वाहाडतेत काय माय, साक्करीचे?”

रमन पारड्यात टाकलेली साखर काढून घेत बोलला, “मग, नाय पाह्यजेन का तुले? सांग तसं-”

“आत्ता न घेऊन कसं चालंन, बाप्पाऽ? दे, मोज लौकर.”

“हो, आंधीच सांगतलं, थे पुरोलं,” रमन वजन करत बोलला, “माह्या माल काय सडत नाय -भाजीपाल्यावानी.”

पैसे देऊन लिला दुकानाबाहेर आली.

बापूनं विचारलं, “मंग कसं, देऊ का काकी कोहळं?”

“नाई, बापा... तुनं घाडंच माहाग सांगतलं.”

“असं कर, काकी... दीड रूपाच्या भावानं बोह्यनी करून टाक.”

“आरेऽ तं माह्याजौळ रूपाच शिल्लक आहे फक्त.”

काहीच न बोलता बापूनं नजर टाळली. लिला मुकाट्यानं रस्त्यानं लागली... कोहळ्याभोवती भनभनणाऱ्या माश्या आणखीच दाट झाल्या.

“पाह्य, बापन्या... मी तुले पह्यलेच सांगत होतो- थे माश्याइचं मोहोळ इथं घेऊन बसू नोको म्हून,” दुकानात उडणाऱ्या माश्या झटकनीनं हाकलत रमन बोलला, “सगळ्या दुकानात उडून राह्यल्यात. इथं माहीच तं मले सुदरत नाय लेकाची!”

"मले काई दिवसभर नाई बसा लागत ब्वा, इथं. दुपारपावतर पार खपते यवढंबी."

कोहळ्याभोवतीच्या माश्या आता जबरावल्या होत्या. हातानं उडता उडत नव्हत्या. बापू गळ्यातल्या दुपट्ट्यानं त्यांना हाकलू लागला. दोन घन्टे झाले, तरी त्याच्या माळव्याची बोहनी झाली नव्हती. बसून बसून त्याचे पाय मोळांडून आले. तो अंगाला पीळ देत उभा झाला. उभ्याउभ्याच दुकानातले गिऱ्हाइकं न्याहाळू लागला. दुकानाच्या टेबलाभोवती गिऱ्हाइकांनी कोंडाळं केलेलं. रमनलालचं तोंडबी दिसत नव्हतं.

रमनची बायको कडीच्या डब्यात त्याच्यासाठी चहा घेऊन आली. डबा टेबलावर ठेवत बोलली, "चाहा वतू का वो, बशीत?"

"ठेवून दे तसाच. मले टैम हाय. मंग गर्दी कमी झाली, म्हंजे घेईन."

तिचं लक्ष कोहळ्याकडं गेलं, "आम्माय! कोहळं न काकड्याबी इकाले आल्या वाट्टे दुकानात. काय भाव हाये जी, बाप्पूजी?"

"दीड रूपा भावानं घेऊन जा वयनी, कोहळं."

रमननं बायकोला डोळा दाखवला, तशी ती बोलली, "कोहळं नाई पाह्यजेन. काकडी घेतली अस्ती पोट्ट्यासाठी यखांदी."

ती जाण्यासाठी वळली, तसा बापूनं आवाज दिला-

"हे काकडी घेऊन जा, वयनी. पोरा-बाळाइचं मन नाई ठेवाव."

"राहू द्या, बापा... हे कातावतीन नाहाकचे."

"अजीऽ घ्या तं... पयसे कोन मांगून राह्यलं तुमाले? बापूनं काकडी उचलून जबरदस्तीनं तिच्याजवळ दिली.

कोहळ्याच्या घसरलेल्या चिऱ्या त्यानं रचून ठेवल्या. उन्हामुळं त्यांना पाणी सुटलेलं. खाली अंथरलेल्या पलाण्यावर ओघळत होतं... पखवाजीवानी लांबलचक कोहळ्याची भेरी. वीस किलोलाही हालणार नाही अशी. घरून इथपावतर आणेपर्यंतच तो दमास आला. वावरातून आणतानाही मानी बसली होती. तीन-चार खेपा खाली उतरवली होती... पर आता पैशापासरी बी कोनी इच्यारत नाई. पाच-दाहा रूपे आले असते, तं घरच्या सनासाठी किराना घेता आला असता- इथूनच. निदान बैलासाठी रंग बेगड तरी नेला असता.

"पोळ्याचा रंग काय भाव आहे गा, रमनभौ?" -बापूनं रंगाच्या डब्याकडं पाहात पुसलं.

"चार रूपे तोळा."

"आनं बेगड?"

"दोन रूपाचा यक."

"अवंदा लय माहाग दिस्ते पोळा."

"मंग काय तं ...तुले काय, घरची खेती वाटली का?"

बापू बसल्या बसल्याच हिशोब करू लागला. हाताचे बोटं चाळवत राहिला... दोन रूपे भावानं खपलं तरी दोन किलो कोहळ्यात जेमतेम यक तोळा रंग येईन. बेगडाचे येगळेच! कारखान्यामंधी यवढी मेह्यनत लागत असंन का मनाव् रंग-बेगडाले? असी कोन्ती लागत येत असंन नासुकल्या रंग-बेगडाले? थ्यापंक्षा आपला साधा गेरू अन् पिवळी माती परवडली. सस्त्यात मस्त.

"रमनभाऊ, गेरू न् पिवळी माती आहे का आपल्या दुकानात?"

"हो हायनं."

"काय भाव हाये नं?"

"घेनं न् सवरनं...! रिक्कामा भाव कायले इच्यारतं रे?"

"घ्याआचा नाई तं का... हे कोहळं खपलं म्हंजे."

"कोहळं खपनं तुह्यं - पोळा फुटल्यावर!"

"पर सांग तं सई-"

"पाच रूपाचं होते यका किलोचं पाकीट."

बापू विचारच करत राहिला... नासुकली माती पाच रूपे किलो!

"दाखोतं का जरा-" बापू दबकतच बोलला.

रमनच्या नाका-कपाळाला वळ्या पडल्या. त्यानं नाराजीनंच गेरू अन् पिवळ्या मातीचं एकेक पाकीट बापूजवळ दिलं. बापूनं त्यांना आलटून पालटून पाहिलं. भडक रंगानं सजवलेल्या प्लास्टिकच्या पाकिटात पिवळी माती भरलेली... सोनेरी पाकिटात कोळसाबी खपते इथं- क्यारेटच्या भावानं! नासुकली माती पाच रूपे किलो! आनं आंगाचा घाम शिप्पून थ्याच मातीतून पिकोलेल्या कोहळ्याचा भाव दीड रूपा! वाऽरे जेमाना! सारी अवद्योगिक करांतीची किमया! अन्नापंक्षा शेन-माती माहाग! मालापंक्षा लेबल मोठं. किसानाच्याच मालाले तेवढं लेबल नाई. त्याले मात्र ग्रेड!... बापूचं मन आडवं-तिडवं वाहात सुटलं.

"...कव्हा लावले होते रे, बापू - कोहळे?"

-नारूसावनं दुकानात जाता जाता विचारलं.

"अं...? उन्हाळ्याच्या आगोदरच लावले होते, जी."

"पन पानी पुरते तुह्या हिरीचं?"

"कुठं पुरते, बावाजी? रातचे अन् दिवसाचे संगाळे घेऊन वलीत काहडा लागते थोडं थोडं."

"काय भाव लावलं?"

"दोन रूपे."

“यवढं माहाग?”

“हेबी जास्त झालं, का जी? साऱ्या उन्हाळभर वला लागले नं येलं.”

“अर्धा किलो पाह्यजेन होतं. पाह्यतो, दुकानातलं सामान घेऊन पयसे उरले तं-”

बापूची नजर पुन्हा नारूसावकडं स्थिरावली. त्यानं चिरीतला तुकडा कापून त्याला अर्धा किलो मोजून पडताळला. नारूसाव दुकानातून केव्हा निघतो, याची तो वाट पाहू लागला. नारूसावनं दोन-चार जिन्नस घेतले. पन्नासची नोट दुकानात दिली.

“बावन रूपे झाले तुमचे,” रमननं हिशोब केला.

“दोन रूपे तं नाई बेटे- माह्या खिशात. आनून देईन घरून.”

“आठोनीनं आनजा. नाय तं तिकडंच पचान!”

“तू बिनफिक्कर राह्य त्याच्याइषयी.”

नारूसाव जोत्यावरून उतरला. बापूनं आशेनं पुसलं -

“मंग देऊ का जी, बावाजी- कोहळं?”

“नाई बा... पयसे सरले आता जवळचे.”

“मंग देजा-”

“नाई... बोखांडी बसाले कोना कोनाची उधारी करून ठेऊ आता?”

बापू पुन्हा माश्या हाकलत बसला. कोहळ्याची भेरी जशीच्या तसी पाहून त्याचा जीव उली उली होऊ लागला. तिथं एकसारखं बसून राहणं त्याच्या जिवावर आलं होतं. सकाळपासून बैल घरीच खुट्ट्याला बांधलेले. ह्या कोहळ्याच्या फंदात पडल्यानं धुवायला न्यायचे राहून गेले होते. पोळा भरण्याआधी बैलांना रंग-बेगड लावून रंगवणं जरूरी होतं. दिस कोण अन् मात कोण. कोहळं फोडण्याचा विचारच नव्हता त्याचा. इथं अवघी पारग उगंच वाया घातल्यासारखं वाटत होतं.

सकाळी चहा पिताना माय बोलून गेली, ‘कोहळं फोडलं, तं खपंन का वो, अज?”

“खपत नाई तं का?” बाप नेहमीच्याच तऱ्हेनं तिरसट बोलला, “पर घरामंधी मानसं कुठं हाये इकासाठी?”

सकाळचा चहा पिऊन होताच बापूनं नाईलाजानं कोहळ्या-काकड्यांचा हारा डोक्यावर घेतला... तुफान धारंचा इळा कर्रकर्र करत कोहळ्याचं पोट फाडत गेला.

दुकानात शिरताना चिंधाईचं लक्ष कोहळ्याकडं गेलं. ती चिऱ्या निरखत बोलली, “चांगलं पकलं दिस्ते रे, कोह्यरं - कोन्ती जात होये तं - ”

“गावरानीच होये आपलं.”

खाली वाकून तिनं कोहळ्यात हात घातला, “बी घेतो थोडुकसं...”

कोहळं खरडून तिनं पसाभर बी हातावर घेतलं.

"आवंऽ पन माह्यासाठी तं ठेवसीन का नाई जराकसं?"

"उलिकसंच तं घेतलं रे. यवढ्या बियाचं काय करतं तू? घरीबी असंन अंखीन तुह्या."

आंजुळीतलं बी दुकानातल्या कागदात गुंडाळून चिंधाई रस्त्यानं लागली.

रस्त्यानं जाणाऱ्या माधोला बापूनं हटकून पाहिलं, "कोहळं नेनं, मामा- बोंडं करासाठी. चांगलं पकलं हाये."

"आरे, पर बोंडासाठी गूळ तं घेऊ दे आगुदर."

माधोमामा दुकानात गेला. वजन करताना रमनला म्हणाला, "सोन्याचंच वजन देता का हो, दुकानदार? जराकसा खडा जास्त टाकाव तं-"

"गूळ का माह्या घरी पिकते का? आँ? नसंन चालत, तं राहू देतो."

"नाई, नाई... मोज... मजाकबी भावत नाई तुमाले जरासी."

जोत्यावर येऊन माधो बिडी पेटवू लागला. बापूनं विचारलं -

"मंग कितीक मोजू मामा कोहळं?"

"काय भाव हाये?"

"दोन रूपे."

"दीड रूपाच्या भावानं मोज यक किलो-"

बापूनं नाईलाजानं चिरी कापली. जरा तोडून पारड्यात टाकली. पारडं भारी होऊन भुईला टेकलं. तो चिरीला पुन्हा कापू लागला. तसा माधो घाईनं बोलला, "राहू देनं रे... घरचा माल असूनसन्या तूबी दुकानदारावानी बारीक काततं का?"

पारड्यातली चिरी काढण्याआधीच माधोनं ती बापूजवळून हिसकली.

"मंधात बियाच हायेत साऱ्या!"

दीड रूपया बोहनीचा म्हणून बापूनं कपाळाला लावला. खिशात ठेवला. पलाण्यावर घसरलेल्या काकड्या रचून ठेवल्या. माश्यांनी पुन्हा काळंकूट झालेल्या कोहळ्यावर दुपट्टा हालवू लागला.

"सितारामभाऊ, काकडी नेनं बैलाच्या पुंजले."

"आगा, माह्या घरीच आहे काकड्या. खाता सरत नाईत."

"तुह्या घरी लावल्या का?"

"माह्या घरचीनं लावला काकडीचा येल- न्हाणीच्या कुडावर."

"मगं कोहळं ने- बोंडं कराले."

"आगा, थ्या वडाखालच्या सजीनं चांगलं दोनंक किलो असंच देल्लं आनून. थेच तं खाता सरत नाई मले."

दुकानापुढून जाणारे रंगराव पाटील रमनलालला बोलले-

"रमन, साकर बांधून ठेवजो गा- पाचंक किलो."

रमनलाल उगंच हासला, "पोळा मोठा जोरा-सोरात दिस्ते पाटील, अवंदा."

"जोरात कायचा? कराव आपलं झालं थे. मी मानसाले पाठोतो. त्याच्याजौळ पाठवून देजो साकर."

पाटील जराभर पुढं सरकले अन् मागं पलटून बोलले, "हे आठाने घे अन् चाकलेट दे, बरं- ह्या पोट्ट्याले. रुंग रुंग करून राह्यलं कव्हाचं."

पायऱ्या उतरताना पाटलाच्या नातवाचं लक्ष बापपुढल्या काकड्यांकडं गेलं. खाली लवून त्यानं पटकन एक काकडी उचलली. पोराला हटकावं, असं बापूच्या मनात आलं खरं... पन मोठ्या मानसाचं लेकरू. त्याले हटकाव, तरी कसं? आपलं तोंड पडलं लहान. ...बापू पोराच्या हातातल्या काकडीकडं नुसताच पाहात राहिला. पाटलाचं नातवाकडं लक्ष गेलं-

"थे काकडी कायले घेतली, बे? बरं झालं, थो काकडीवाला सोटा घेऊन नाई धावला तुह्यामागं!"

"खाऊ द्या, पाटील. लेकराची जात!" रमनलाल आतून बोलला.

पाटील काकडीचे पैसे विचारतील, असं बापूला वाटलं. पण तसं झालं नाही. कोहळ्याकडं लक्ष जाऊन पाटलानं पुसलं, "अजून आहेत का रे घरी कोहळे?"

"हो, हायेत नं, जी." बापूची आस बळावली, "कितीक पाह्यजेन होते?"

"बंदंच पाह्यजेन यक. मानसं जेवाले हायेत अज... पन काय भाव रे?"

"चिल्लरमंधी चालू आहे दीड रूपा किलो. तुमाले कमी लावू."

"पन चांगलं असंच पकलेलं आहे का घरी?"

"हौ जी, असंच आहे चांगलं लाल धुरधुरं."

"मी इच्यारून येतो घरून. मंग बोलतो तुह्याशीन."

बापूचा चेहरा पुन्हा निराशला. मनात आलं, जसं इक्रीच्या दुकानमालावर लेबल चिकटलेलं राह्यते, तसंच मानसाइवरबी. ह्या पाटलावर नाई का पाटीलकीचं लेबल लागलेलं? कुठंबी जा अन् उधारी-पाधारीत लागलं थे घेऊन या. मानसाची पत पाहून लेबल. जसी पत मोठी, तसंच लेबलबी रंगीत, चकचकीत... बापूनं डोकं जरा झटकल्यावानी केलं. रस्त्यानं जाणारे-येणारे तो टिव्हाळू लागला.

"देनं गा, बिडी-रमनभाऊ," सैदूनं दुकानापुढंच हात लांबवला.

"फुक्कटची येते का रे बिडी? का तुले रोज बिडी पाजाचा ठेका घेतला म्या?"

दुपार टळून गेलेली. बैलकरी रंग-रंगोटीला भिडले होते. कोणी मठाठ्या बांधत होतं. कोणी बेगड लावत होतं. घण्टाभऱ्यानं बैलं तोरणात जाणार होते. आता इथं बसून राहण्यात अर्थ नव्हता. बापूनं पसारा सावडला. हाऱ्यात भरला. कोहळ्यातली किलोभऱ्याची एक चिरी दुकानातल्या टेबलावर ठेवत बोलला, "घे रमनभाऊ, बोंडं

कराले लावजो वयनीले."

"तू देतं खरं, पन मले थे कोहळ्याचं मचंमचं काय आवडत नाय," रमननं नाकाला वळी पाडली, "पन तू मनतंच तं राहू दे."

बापू हारा घेऊन घरी आला. त्याच्या डोक्यावरचा हारा उतरवताना बायकोनं विचारलं, "काईच नाई खपलं का वो, कोहळं?"

"ऊंऽऽ लोकाइले भाजपाल्याची काई गरज नाई राह्यली आता." एक जोराचा सुस्कारा सोडून बापूनं खात्री केली -

"कोनी कोहळ्याले आल्तं का घरी?"

"नाई बा. काऊन, कोन येनार होतं?"

"माहा आजा!" तो चिडल्यावानी झाला.

"इकडं पाह्य, कामापुरतं कोहळं घरी ठेवून बाकी यवढंबी वाटून दे मोहल्ल्यात."

"यवढंबी?"

"मंग काय कराचं आहे तं- ठेवूनसन्या? कोनाले देल्लं, तं कामी तरी लागंन."

बैलांना धुवून बापू नदीवरून आला. कुठंतरी वाजंत्रं वाजू लागलं होतं. बैल पोळ्यात नेण्याची तयारी सुरू होती. बांधोडीला बैल बांधताना बापूचं लक्ष रस्त्याकडं गेलं. हातात कोहळ्याची चिरी घेऊन येणाऱ्या चिंधाईला त्यानं सबाकती पुसावं, तसं विचारलं -

"कुठून आणलं वं मामी, कोहळं?"

"तिथूनच तं आनलं रे - रमनच्या दुकानातून."

"रमनच्या दुकानातून?" बापू चक्रावला.

"तुनंच तं ठेवलं होतं खरं इकाले- तिथं."

"काय भाव आनलं वं?"

"अंऽऽ पाचाच्या नोटंतले हे तीन वापस देल्ले बा त्यानं- किलोभऱ्याचे!"

"म्हंजे तीन रूपे?"

"काऊन गा?"

"काई नाई."

चिंधाई पुढं सरकली. बापू तिरीमिरीनं घरात आला.

"थे मंघानचं वापस आणलेलं कोहळं वाटलं का वो, मोहल्ल्यात?"

"नाई, आता देतो नेऊन."

"काई न्हाई द्याऽचं - गिऽचं! थे सारं शिजवून त्याचे बोंडं कर बैलाइसाठी."

"यवढे मोठे बोंडं?... तुमी तं वाटून दे मनत होते मंघासी."

"काई वाटा-गिटाचं नाई. फुक्कटात नाई आलं - कोनंबी आपलं सोताचं लेबल लावून इकासाठी!"

बापूच्या तमतमलेल्या चेहऱ्याकडं सोभा पाहातच राहिली.

बऱ्याच वेळपासून नवऱ्याला तसाच गुमसूम बसलेला पाहून तिनं विचारलं, "बयलं-गियलं नाई सजवा लागत का, वो?"

"काय सजवाचे हायेत बयलं? असेच नेतो पोळ्यात अवंदा."

बापू जागचा उठला. खुङ्याचे बैल सोडले. मारोतीला चक्कर घालून पोळ्याकडं निघाले. पोळ्यात झडत्या सुरू होत्या. भूमकाची आरती येऊन बैलांची पूजा चालली होती. बापूच्या मनात एकाएकी काय आलं कोणास ठाऊक, त्यानं आपले बैल इलेक्ट्रिक खांबाच्या तण्णाव्याला बांधून दिले. जरा तिरमिरीतच निघाला. झडत्या म्हणणाऱ्यांचं कोंडाळं फोडून सरळ आत घुसला. दुसऱ्याजवळ असलेला पोंग्याचा माइक हातात घेऊन बोंबलीच्या देठापासून आवेशानं ओरडला-

"यक नमन गौराऽऽ पारबती हरबलाऽऽ... हर हर माहाऽ देव!
वाघाची वाघदरी
सर्पानं टाकली कोस
असा कुनब्या बैल पोस
मार तुतारीचा ढोस!
का निंघून जाईन बारा कोस!!
चक्र सभेमंधी, भरल्या पोळ्यामंधी
द्या आमच्या बैल शिंगुटीचा झाडा!
यक नमन गौराऽऽ पारबती हरबलाऽऽ... हर हर माहाऽ देव!"

...लवकरच तोरण तुटून पोळा फुटणार होता. बापूच्या डोक्यात आता निराळाच पोळा भरला होता. त्या पोळ्याचं तोरण मात्र आधीच तुटून गेलं होतं. तोरणाचं पान न् पान बिखरलं होतं!

'आशा' दिवाळी ९४

●

एकलटिका

ज्वारीच्या वावरातून अशोक खालच्या अंगानं भुईमूगाच्या आवडात आला. भुईमूग वरून बरा साधलेला दिसत होता. दुपारच्या गर्मीनं डाखळ्यांचे पानं उलटताना दिसत. दचाड्याच्या पाऊस येऊन बरेच दिवस झालेले. जमीन फरशीवानी कडकली होती. उणापुरा महिना उलटूनही अद्याप पाऊस मोहरला नव्हता. गेला हप्ताभर आभाळ ढगाळून होतं. सारखं खदखदत राही; पण थेंब म्हणून गळत नव्हता. आभाळाचं काळीज मोकळं होत नव्हतं. जीव घायबरल्यावानी होई. त्यानं इथले-तिथले एक-दोन भुईमूगाचे डाखळे उपडून पाहिले. मुळाशी कुठं चार, तर कुठं सहा असे शिसलं धरलेले. झाडाच्या वाढीच्या मानानं शेंगा दिसत नव्हत्या. त्याचं मन उदास झालं. पेरणीपासून तर डवरणीपर्यंत एवढं सगळं वेळेवर साधूनही शेंगांची फलन मनाजोगी वाटत नव्हती. पीक ऐन मस्तीत होतं; पण मग फसल कमी कशी? तो विचारात पडला.

पेरणीनंतरच्या काळात पावसानं असाच एक लांब झटका दिलेला. दाणे अंकुरल्यावर दडलेल्या पावसानं महिनाभर तोंडच दाखवलं नव्हतं. आज येईन, उद्या येईन म्हणत डवऱ्याचे चार फेर झाले. आशा लागे पिस्या... तेव्हा उन्हाच्या तावात डवरे चालवताना डोळे आभाळाचा अंदाज घ्यायचे. कुठं कोपऱ्यात दिसणारं ढिगोलं न्याहाळायचे; पण लपून बसलेल्या जिद्दी लेकरावानी पाणी दडून बसलेला. अख्खा पंधरवाडा सूर्य आग ओकत होता. त्यातच निंदण-डवरण झालं. तिसऱ्या हप्त्यात आभाळ दाटलेलं दिसू लागलं. अवघ्यांच्या आशा पालवल्या. आता येईन, दुपारी येईन म्हणत हातातले कामं भरंभरं निपटवू लागले. त्यातच तानापाजनीनं भुईमूग गाढी लावून झाला.

पण पावसानं दंभारा धरलेला. आठवडा उलटला, तरी बिचारा थेंबानंही गळत नव्हता. दंभारलेल्या पोटावानी आभाळ दिवसभर नुसतंच फुगाटून असे. विजाही चमकताना दिसत नव्हत्या. दिवसभर शिरानाचा थंडावा असे, तेवढाच! ...बालपणात पाण्याची उपासमार झाल्यामुळं तर भुईमूगाचा लाग कमी नसंन झाला? असा चार-सहा शेंगा असलेला डाखळा उपडून तोडायला त्रासाचाच. अंगावरचं काम घेऊन मजूर त्यावर हाव घालत नव्हते. रोज मजुरीनं केलं तर उपडण्या-तोडण्याचा खर्च दुपट्टीनं येई. दाणे भरपूर उतरत नसल्यानं अशा शेंगा फोडायलाही परवडत नव्हत्या. इकडून-तिकडून सारीच मारामार... अशोक उजवीकडल्या पऱ्हाटीच्या आवडात लवणाकडं निघाला. बांधावरून खाली उतरताना त्यानं जोरानं हाकारा केला, "होऽऽऽऽ रेऽऽऽ!"

कडुनिंबाखालच्या आडतासातल्या मुगातून दहा-बारा राघो भुर्रकन उडाले. निंबावर जाऊन बसले. तो मग तसाच तोंडानं आवाज करत पऱ्हाटीच्या काठाकाठानं

धुऱ्यावरून चालू लागला. गावरान पऱ्हाटीच्या तासात मुगाचे दोन-दोन तासं पेरलेले. त्याच्या शेंगांचे घोस वाळून काळे दिसत होते. लटपटलेल्या मुगावर पाखरं जोर मारत होते. सकाळी उजाडल्यापासून अंधारेपर्यंत दिवसभर डाके टाकायचे. एखादी शेंग कुरतडून खाताना आजूबाजूच्या चार-पाच शेंगा भुईवर गाळायचे. झाडाखाली फोलपटासंगंच चांगल्या शेंगांचाही नासोडा व्हायचा. हाता-तोंडाशी आलेलं पीक पाखरांपासून वाचवणं तसं कठीणच. वावरात आलेल्या वानरं, रोही, मोकाट जनावरांना हाकलून मोकळं होणं सोपं; पण मिठ्ठू, देवचिमण्या, भोऱ्या-खिराड्यांना हाकलूनही त्या पळून जात नव्हत्या. आवाजानं जराभर बाजूला जाऊन बसत अन् आपण जरा पुढं सरकलो, म्हणजे पुन्हा पिकावर येत होत्या.

गेल्या तीन आठवड्यांपासून या पाखरांसाठी झांडरंकच उठून अशोकला शेतावर यावं लागे. दोन वेगवेगळ्या तुकड्यात मूग, त्याला एकट्याला पाखरं आटपत नव्हते. एका आवडातले पाखरं हाकलताना दुसऱ्या तुकड्यात फोलपट पाडायचे. सकाळी नऊ-दहा वाजेपर्यंत तर जरा म्हणून कलम सुधरू देत नव्हते. अशोक पन्नुला सोबत घेऊन येई. त्याचा अशोकला मोठा आसरा होता. गुल्लेरानं झाडा-मुगावरचे पाखरं उडवण्यात पन्नूलाही मजा वाटे. अधूनमधून फटाकेही फोडायचा. पण जब्बर पाखरं शिरजोर झालेले. कशालाच दाद देत नव्हते.

या त्रासापोटीच कास्तकारांनी मूग-ज्वारीसारखे पाखरांकडून फस्त केले जाणारे पिकं पेरणं बंद केलेलं. एक तर ते पीक तणनाशकाच्या फवारणीसाठी आंतरपीक म्हणूनही सोयीचे होत नव्हते. अशोकला मात्र वाटे की, सगळ्यांच्या शेतात थोडी फार पोटापुरती तरी मूग, ज्वारी असती तर सारे पाखरं असे एकाच शेतात एकवटले नसते. थोडे थोडे सगळीकडं विखुरले असते. गावोगावचे बलुतेदार-कामगार अवघे पोटापाण्यामागं शहरात जाऊन झोपडपट्ट्यांत खचखचून भरलेत. तसंच आपल्याही शेताचं झालं. नव्या रासायनिक शेतीपद्धतीनं अलीकडं पेरणीच्या बिवड, बेड्डा, पट्टापीक, आंतरपिकाच्या पद्धती पार हद्दपार करून टाकल्या होत्या. शेवटी पाखरं खातात म्हणून मुगा-ज्वारीच्या पेरण्या कमी झाल्या की, पेरण्या कमी झाल्यापासून मुगा-ज्वारीच्या शेतात अधिक पाखरं एकवटून डल्ला मारू लागले; हा प्रश्न गुंतागुतीचा झाला होता. अखेर पाखरांचा वाटा तर त्यांच्याच पोटात जाणार होता. उरलेलं किसानाच्या पदरात. बऱ्याचदा हे पाखरं झाडाला दाणा म्हणून काहीच ठेवत नव्हते. ज्वारीच्या निव्वळ पिश्याच राहात होत्या.

रासायनिक शेतीमुळं एकच एक पीक घेण्याची पद्धत रूढावली. एकदाचं वावर पेरून झालं म्हणजे चिंता मिटली. पुढं एखादा तणनाशकाचा अन् एखादा कीडनाशकाचा फवारा मारून कास्तकार मोकळा! मग एकदम तो विळा घेऊन कापणीलाच जाणार शेवटी! आपल्यावानी दहा प्रकारचे पिकं घेऊन डोक्याला उगंच

ताप लावून घ्यायला कोणी तयार नव्हतं. बव्हंशी कुटुंबांत वाटण्या होऊन माणसं एकलटिकी झाली, ते या एकलटिक्या पीकपद्धतीमुळंच. पण अशोकला ती अजिबात पटत नव्हती. शेतकीत जागोजागी येणारं परावलंबन अन् कायम कर्जबाजारीपण त्याला उघड्या डोळ्यानं दिसे. ते त्याला सलणाऱ्या काट्यावानी खुपायचं. बी-भरणासाठी दुकानात, खतं-फवारणीसाठी दुकानात अन् शेतमालाच्या विक्रीसाठीही दुकानातच. त्यामुळं त्यानं ही उठाठेव केव्हाचीच सोडून दिलेली. गेल्या दहा वर्षांत त्यानं एकदाही कुठल्या कृषी सेवा केंद्राचा दाट्टा ओलांडला नव्हता. घरचंच बी-बियाणं राखून ठेवत होता. एकेका जातीचे कितीतरी वाण त्याच्याकडं होते. त्यातली अतिरिक्त बीजवाई गरजवंताला विकून किंवा बियाण्यांची अदलाबदल करून उरलेलं घरी पेरायचा. तणनाशकाऐवजी मजूर लावून निंदण करायचा. आपल्याकडलं देशी, काटक बियाणं नाहिसं करून लुटारू परकीय कंपन्यांचं भलं करणं त्याला पसंत नव्हतं. त्यासाठी त्यानं स्वतःचाच एक तुकडा बीजवाईसाठी राखून ठेवलेला. अद्याप तरी कोणाचं कायम कर्ज त्याच्या डोक्यावर टांगलेलं नव्हतं.

पऱ्हाटीला आता पात्या-बोंड्या धरलेल्या. देशी वाणाचे पिवळे-गुलाबी फुलं अवघ्या शेतात खुणावत होते. शेताला चक्कर मारून निंबाखाली पोहोचताच अशोकनं कचऱ्याखाली झाकून ठेवलेली ताटली बाहेर काढली. तिला हातात उंचावून गुल्लेराच्या दांडीनं जोरात वाजवली.

"होऽऽऽऽ रेऽऽऽ! आऽऽ हाऽऽ हाऽऽऽऽ!"

ताटलीचा ढणढण आवाज अवघ्या शिवारात गुंजत गेला. बाजूच्या नाल्यातून त्याचे कितीतरी पडसाद उमटले. पाखरांना आता अशा वाजवण्याचीही सवय झालेली. उगंच इकडून उडून तिकडं बसायचे. पोटा-पाण्याच्या मागं धावून धावून पाखरंही शेतकऱ्यावानी बधीर - बज्जड झाले होते! गेल्या वर्षी जागोजागी काड्या-बासडे रोवून वावरभर चमचम झिल्ली बांधली, त्याचंही असंच झालतं. वाऱ्यानं होणाऱ्या पट्टीदार झिल्लीच्या सर्रसर्र फडफडणाऱ्या आवाजानं चार दिवस पाखरं बुजले खरे; पण पाचव्या दिवसापासून पुन्हा निब्बर झाले. मंत्र्याच्या स्वागतासाठी बांधलेल्या तोरण-पताकांचं अप्रूप जसं कोनालाच वाटत नाही, तसीच गत झिल्लीमुळं पाखरांची झाली. वाऱ्यानं जागोजागी तुटलेली झिल्ली त्यानं अखेर काढून टाकली.

मालतीनं पुन्हा एक दुसरी शक्कल लढवली. घरचे फाटलेले लाल-पांढरे शर्ट-पॅन्ट घेऊन ते वेळवाच्या उभ्या-आडव्या काडीवर बांधून दिले. मधल्या उभ्या वेळवाच्या शेंड्यावर एक निकामी मडकं उलटं ठेवून दिलं. सकाळी झाकटंचं शेतात येताना अन् सांजचं उशिरा घराकडं परतताना त्या भुजाडण्याकडं पाहून कधीकधी अशोकही दचकायचा. पण हुशार पाखरं भुजाडण्यांनाही निर्ढावलेत. भुजाडण्याच्या डोक्यावर अन् आडव्या पसरलेल्या हातांवर बसून हळूच खाली

पिकावर उतरू लागले! भुजाडण्यांच्या रूपानं त्यांना बसून आराम करायला हक्काची जागा मिळावी, तसंच झालं! अशोकच्या मनात येई... आपला वेश बदलला, तसा भुजाडण्याचाही. त्यांचाही सुती बंगाली पायजामा जाऊन त्या जागी टेरिकॉटचे पॅन्ट-शर्ट झाले. भुजाडण्यांनी तरी का म्हणून काळाच्या ओघात लोपलेले सुती कपडे घालावेत? पण शेवटी भुजाडणं ते भुजाडणंच... इंग्रजाळलेल्या भारतीय माणसावानी! त्याला गावठी, रंगेल माणसाची सर कशी राहील? तसाही देशीपणाचा साराच साज हरवत गेला होता.

खोपडीपुढं उभवलेल्या भुजाडण्याला मालतीनं पन्नूचे निकामी कपडे नेसवले. त्याचाच गोल टोप मडक्यावर फसवून ठेवला. त्याचा कॉलेजात वापरलेला टाय भुजाडण्याच्या गळ्याला बांधला. फाटक्या पॅन्टीच्या ढुंगणावर असलेल्या नाना ठिगळांच्या पार्श्वभूमीवर गळ्यातला रेशमी टाय अजिबात मेळ खात नव्हता. तो दिसायचा मात्र हायटेक शेतीच्या बाता मारणाऱ्या दारिद्री शेतकऱ्यासारखा! कधीकधी तर पन्नूचे कपडे घातलेलं ते भुजाडणं पाहून खुद्द पन्नूच वावरात उभा असल्यावानी भास व्हायचा. अशोकला तेवढ्यापुरता एकलटिकेपणा कमी जाणवायचा.

सकाळी उठून शेतात गेल्यावर सुरुवातीला पाखरांची वर्दळ अधिक असे. जरा तास-दोन तासानं त्यांची होरमोर होताच अशोक कमरंला पालवाचा ओटा बांधून मुगाच्या शेंगा तोडायचा. पन्नू पाखरं हाकलत असे. मूग तोडण्यासाठी दाण्याच्या मजुरीनं बाया शेतात येत. तोडलेल्या शेंगा कांडल्यानंतर मुगाचा पाव-अर्धा भाग मजुरांना मजुरीपोटी द्यावा लागे. पैशांच्या मोबदल्यात मजुरांकडून मूग तोडून घेतला तर तो फारसा तोडून होत नव्हता. पैसे मजुराला देऊन दाणा विकत घेतल्यावानी होई; त्यामुळं होईन तेवढा मूग घरच्याघरी तोडून त्याचा मशागत अन् राखणीचा खर्च निघण्याची शक्यता होती. गाव-कामगारांना कामाच्या बदल्यात धान्य देण्याची पद्धत कधीचीच बंद झालेली. पायलीचं माप किलोवर आलं. फक्त महाग धान्यांच्याच कापणी-सोंगणीत दाण्यांच्या मजुरीची प्रथा शिल्लक राहिली. शेवटी अशोकसारखा एकलटिका गडी तोडून तोडून किती तोडणार? ...एकाएकी फट्ट असा आवाज आला. तिकडं पन्नूनं फोडलेल्या फटाक्याच्या आवाजानं अशोक केवढ्यानं तरी दचकला.

...बरं, पन्नुला तरी मूग तोडण्यासाठी एकाएकी कसं सांगावं? पोरवय त्याचं. शिकल्या सवरलेल्या पोराला असं मेहनतीचं काम सांगणं बरं दिसणारं नव्हतं. नुकताच तो इंजिनिअरिंगची पदवी घेऊन गावी परतलेला. इकडल्या-तिकडल्या परीक्षा देत नोकरीसाठी खडे मारून पाहात होता. एखादवेळी त्याचा मूड असला तर तो स्वतःहूनच एक-दोन ओटे शेंगा तोडून पाही. बाया मजूर मूग तोडायला असल्या तर त्यांच्यासोबत मालतीही तोडायची. दिवसभर वाकून वाकून शेंगा तोडल्यानं

दोघांचीही कंबर हेकडी होऊन जाई. पाठीचा नुसता तिरकमठा होत असे. रात्री दुखण्याच्या कळावर कळा येत. उशिरापर्यंत झोपच येत नसे. पुन्हा सकाळी पहाटवा करायचा, म्हणजे झोपमोड होई... एकाएकी आंब्याच्या झाडावर मिठ्ठूचा थवा बसलेला दिसला. अशोकनं चेव आल्यावानी नरड्यातून घोगरा आवाज काढला, ''हो ऽऽऽऽ! रेऽऽऽ!''

पाखरं खेदाडण्यासाठी पन्नू दररोज वावरात येऊ लागल्यापासून अशोकला जाणवायचं... हाताशी आलेलं पोर एवढ्यातच थोडा हातभार लावायला लागलं तर किती आधार झाला आपल्याला? याच कामासाठी दुसऱ्याची किती मनधरनी करावं लागते आपल्याले? रोजदाराच्या कलाकलानं वागावं लागतं मग. आजकाल पैसे देऊनही एवढ्या सकाळी कोण शेतात येण्याला राजी नसतं; पण आता पन्नुमुळं खरेखुरे मनारनाचे झालो आफन. लेकरांचा असाच जर कायम साथ मिळाला तर? एखादवेळी रस्त्यानं गावाकडं परतताना पन्नू म्हणे,

''बाबा, ह्या कोरडवाहू रानात पाइपलाइन आनून झाडं लावू आफन.''

''हो रे, पन-''

''काऊन जी, पानी तं भरपूर राह्यते विहिरीले?''

''पानी आहे रे. पन रान तिकडं शेल्याशेवट असल्यानं आगोदर तारकुंपन करा लागते आपल्याले. नाई तं रोही-डुक्करं झाडं जगू देनार नाईत.''

''मंग करून टाकाचं तारकुंपन.''

''होऽ क! ...करून टाकाचं? यवढं सोपं आहे का थे? निदान दोन लाख लागतीन त्याले.''

''कर्ज घेता येईन- ब्यांकीचं.''

''आरेऽ पन तिथं पाइपलाइन आनं तारकुंपनाचा खर्च केल्यावर झाडाइले पानी कोन वलंन? तू येशीन का नवकरी सोडून- पानी वलाले? माह्या एकलटिक्याकडून कितीक दिवस होईन आता?''

''रोजदाराकडून वलून घेता आलं असतं पानी.''

''आरेऽ पन उन्हाळ्यात भरदुपारी कोन येईन इथं पानी वलाले? एप्रिल-मे मह्यन्यात दुपारचं आडं नाई निंघत घराबाहीर! रात्रीची अन् सकाळसांजची लाइन नाई राहात शिवारात.''

''आफन ठिबक लावू बाबा- झाडाइले. त्याच्यासाठी लोनबी भेट्टे ब्याँकीचं.''

''ऋन काढून सन करन्याचा धंदा नाई दादा, ह्या आपला. निसर्ग ह्या असा लह्यरी. मजूर वेळेवर मिळत नाईत. कोन्तं साल पिकलं, नाई पिकलं... पाच-साहा वर्षानं अवंती लग्नाची होईन. आत्ताच तं केवढी मोठी दिस्ते साडी नेसली म्हंजे!''

''जाऊ द्या, तुमाले आमचं पोराइचंच येऊन पडते बाबा. मंगचं मंग, पुढं पाहू.''

“असं कसं मनतं पन्नू? मंग दात पाडून खर्च करनार आहे का? कोनतीबी शेती हे एकलटिक्याची नाहीच. जोडीशिवाय धंद्यात गोडी नाई.”

“जाऊ द्या, मंग मी नौकरीवर लागलो म्हनजे करू तारकुंपन.”

अशोकचं काळीज सुपाएवढं होई. वाटे, निदान एवढा दिलासा जरी ह्या नव्या पिढीकडून मिळाला, तरी खूप झालं. उगंच शेतीतल्या कायम साथीची तरी का म्हणून आस धरावं आपण त्याच्याकडून? त्याला शेतीतच घालायला होता तर मग सिव्हिल इंजिनिअर होईपर्यंत एवढा पैसा खर्च करण्यात काय अर्थ राहिला? तसेही त्याचे साथीसोबती एम. टेक., एम. ई. करणार आहेत, म्हणून सांगायचा. त्यासाठी लागणारा खर्च करण्याची आता आपली ऐपत नव्हती. पोर समजदार; नोकरीचंच पाहू म्हणत होतं... जुन्या स्वतःबद्दलच्या अशाच आठवणी अशोकच्या डोळ्यांपुढं तरळू लागल्या.

अशोकला दहावीत मेरिटचे गुण मिळालेले पाहून बरेच नातेवाईक सारखे सल्ला-सूचना देत होते-

“आता पुढं काय कराचं ठरोलं आहे, अशोक?”

“ऊं... पाहू-”

“माह्या मतानं इंजिनिअरिंगलाच जा. सध्या बरा स्कोप आहे त्याला.”

कोणी दुसरा म्हणे, “तू डाक्टरकीच कर, अशोक. आपल्या गोतावळ्यात डाक्टर खूप कमी आहेत.”

तिसरा एखादा सरळ अशोकच्या वडिलांनाच छेडत होता,” “अशोकच्या मनात येईन तेवढं शिकू द्या, काकाजी पोराले.”

“आता झालं नं, बापू- कामापुरतं? माह्या मतानं, यानं आता आपलं शेती-वाडीत लक्ष घातलेलं बरं.”

“असं कसं म्हनता, काकाजी? यवढं हुशार पोरगं शेतीत घालून त्याची माती करता का तुमी?”

शेती हे आयुष्याची माती करणारं माध्यम आहे, हे त्यावेळी अशोकला पटलं नव्हतं. अवघ्यांचं एकमत झालेलं पाहून बाप मूग गिळून बसला. अशोकला शिकवण्यासाठी राजी झाला. पण शेतीत होणारी एकलटिक्याची गोची बापाच्या चेहऱ्यावर स्पष्ट दिसायची. आपल्याला आता पन्नुचा जसा आधार वाटतो, तसाच आपल्या बापालाही वाटला असंन त्यावेळी आपला. काबाडकष्टांत बरोबरीचा जोड असला म्हणजे व्यवसायाची लवकर भरभराट होते. दुसऱ्याच्या आंजुळीनं पाणी पिण्याचे प्रसंग फारसे येत नाहीत. स्वावलंबन वाढते; पण तसं बापाच्या उमेदीत फारसं घडलं नाही. आपण त्यावेळी शिक्षणात रमलेलो. बाप वयानं लवकरच शेतीतून रिटायर झाला. चार-पाच वर्षांतच त्यानं खाट पकडली, ती कायमचीच.

पुन्हा म्हणून त्यानं शेताशिवारात मन घातलं नाही.

बाप खाटंला खिळला, तसं सगळं सोडून शेतीत लक्ष घालावंच लागलं अशोकला. नोकरीचा विचार सोडून तो पूर्ण वेळ शेतीत रमला. बापाला माती देऊन झाली. तेरवीत मांडलेल्या बापाच्या फोटोवर अशोकनं त्याला सुचलेल्या चार ओळी लिहून ठेवलेल्या. तेरवीच्या दिवशी जेवणानंतरचे ढेकर देत अवघे नातेवाईक फोटोजवळ जाऊन खालच्या ओळी वाचायचे-

"बापा, झिजून एकटा
मातीसंगे झाला माती
पेरू बारूद रानात
हेरू गिधाडांच्या जाती!"

त्यावेळी सुरुवातीला शेतीवाडीचे दिवस निदान बरे होते. मजूर माणसं सहज मिळत. सालदारकीची प्रथा होती. लागवडखर्च कमी होता. त्यामानानं उत्पन्न बरं होई. नवनव्या संकल्पना राबवण्याचं वयही होतं अशोकचं. पोटापुरती पुरून उरणारी शेती. मोहल्ल्यातले जुणे-जाणते तर कधीकधी त्याला उगंच छेडत-

"का रे, ब्वॉ... असोक... शेतीच कराची होती, तं मंग यवढं शिकला कायले तू?"

दुसरा एखादा म्हणे -

"अगाऽ तुलाराम... काय बिघडलं- थो शिकून शेतीत आला तं? थो का उपासी राह्यनार आहे का शेतीमंधी? नुसता हात बांधून आपल्या धुऱ्यावर उभा राह्यला, तरी सुकानं पोट भरते त्याचं!"

खरंच होतं बोलणाऱ्याचं. त्यावेळची शेतकी अशीच सुखानं पोट भरणारी होती. 'सर्वे सुखीन सन्तु' अशी. अवघ्या निसर्ग, विश्वाला आपलं मानणारी. लोभी हरितक्रांतीनं लादलेल्या रासायनिक, हायटेक शेतीवानी स्वार्थी, हिंसक, हेव्या-दाव्याची नक्कीच नव्हती! मजुरांमागं नुसतं उभं राहिलं, तरी कामं निघत होती भरंभरं. आता तर त्यांच्यासोबत स्वतः पाथ घेऊनही निघत नाहीत कामं. मजुरीला लागणारा पैसाही बऱ्याचदा उत्पन्नातून वसूल होत नाही. गव्हा-ज्वारीचा बाजारभाव त्याला द्याव्या लागणाऱ्या रासायनिक खत-फवाऱ्यांपेक्षा कितीतरी पटीनं कमी राहतो. सहा महिने वाढवलेले कांदे दगड-मातीपेक्षाही कमी भावात विकावे लागतात कित्येकदा... पण तरीही अशोकनं धीर सोडला नाही.

काहीतरी वेगळं, नवं करण्याचा - घडवण्याचा त्याचा स्वभाव. स्वतःची वाट स्वतः शोधण्याची वृत्ती. त्यानं रासायनिक शेतीला कायमचा रामराम ठोकला. सेंद्रिय-नैसर्गिक शेतीतले वेगवेगळे प्रयोग शेतावर करू लागला. दुसऱ्याच्या पावलावर पाऊल टाकण्यापेक्षा स्वतःची वेगळी वाट घडवून रुळवण्याचं त्यानं

ठरवलेलं. आच्छादन, पेरणी, देशी बीजपेढी, मिश्र व आंतरपीक पद्धतीमधले बदल, सौरकुंपण, सौर वाळवणयंत्र असे नाना प्रयोग तो करू लागला. शेतमाल सरळ मंडीत विकण्यापेक्षा त्यावर घरगुती अल्पखर्ची प्रक्रिया करून विकण्याची त्यानं सुरुवात केली. त्याचा स्वतंत्र ग्राहकवर्ग तयार होऊ लागला. त्याचं यश पाहून त्याच्यासोबत आणखीही दूरदूरची शेतकरी मंडळी जुळत गेली. पाहता पाहता नाव झालं. हंगामात पीक पाहणीच्या अभ्यासदौऱ्यावर येणारे शेतकरी त्याच्या शेती-प्रयोगांना भेट देऊ लागले. त्याची कमी खर्चाची व रसायनमुक्त शेतीपद्धती समजून घेऊ लागले. बऱ्याचदा शेतकऱ्यांच्या मार्गदर्शनासाठी त्याला निमंत्रणंही येत गेले. लांबलांबचे शेतकरी फोन करून, नैसर्गिक शेतीपद्धतीच्या नाना अडचणी त्याच्याकडून सोडवण्याचा प्रयत्न करू लागले.

अशावेळी त्याला वाटे, शेतीत येऊन खरंच आपली माती झाली नाही. व्यवसायाचं सोनं झालं. खूप ढीगभर वैभव मिळवता आलं नसलं, तरी गावकुसाबाहेरची प्रतिष्ठा आपल्या पायानं चालत आली. थोरा-मोठ्यांचा सहवास सतत वाढत जाऊन एका नव्या निसर्गस्नेही जीवनशैलीला बळकट करता आलं. उत्पादनखर्चही भरून न काढणाऱ्या शेतमालाच्या सरकारी भावांना शह देऊन स्वत: पिकवलेल्या उत्पादनाला स्वत:च्या भावाने विकण्याची नवी वाट घडवता आली! कष्टाचं चीज झालं; पण त्यासाठी गावशिवंत, गणगोतात थट्टा-मस्करीचा विषय होऊन जगावं लागलं आतापर्यंत... हे सगळं आठवलं म्हणजे अशोकला समव्यावसायिकांत अन् समाजात एकलकोंड्यावानी जगण्याची जाणीव होत होती.

बापाच्या नावाभोवतीचं वलय पाहून अलीकडं अशोकची मुलगी अवंती म्हणून जाते-

''बाबा, मलेबी वाट्टे का शेतीच कराव तुमच्यावानी.''

अशा वेळी अशोकला वाटते, आपली शेतीतली खरी कमाई ती हीच!

पण तरीही तो पोरीला म्हणतो, ''पागल आहे का, अवंती तू? लोक शेन घालतील नं- माह्या तोंडात! एवढ्या हुशार पोरीले कास्तकारीत घातलं म्हनून.''

''तसं नाई, बाबा... मलेबी काई खूप सारी इस्टेट कमावून चार भिंतींत बंदिस्त व्हाआचं नाई. तुमच्यावानी शेती करूनबी जगता येईन, साधंसुदं. आपले प्रयोग समाजापुढं ठेवता येतीन.''

''थे सारं खरं, बाई... पन खरं सांगू का, सध्या तुले तुह्या बापाच्या भोवतीचं प्रसिद्धीचं वलय दिसून राह्यलं नुसतं. त्याचा एकलटिकेपना नाई दिसत तुले. आतापर्येंत शेतीत केलेला जो संघर्ष अन् पडझड झाली, थे तुले दिव्याखालच्या अंधारावानी अजिबात जानवत नाई. थे तुले सगळं दिसलं असतं, तं तुनं म्हनलंच नसतं असं, पोरी.''

“पन असा कोन्ता संघर्ष मनता, बाबा तुमी?”

“संघर्ष जागोजागी आहे, बाई. मानसानं सतत लचके तोडून लुबाडल्यानं ह्या निसर्ग ताळ्यावर राह्यला नाई आता. सध्याच्या अन्नसुरक्षेच्या काळात मजुराइच्या पायापोटी लागा लागते नेयमी. वझे वाह्यन्यात जन्म घाला लागते सारा. निसर्ग, मजूर अन् व्यवस्थेच्या तिहेरी तालावर तिरकमठा होऊन नाचता नाचता नुसतीच फसांड होते, बाई!”

“पन थो संघर्ष जरा कमी केला तं-?”

“कसा करशीन कमी? कोन्ताच संघर्ष कमी होत नाई शेतीत. कारन थो एकट्या-दुकट्यानं होनारा व्यवसाय नाई. टीमवर्क आहे थे. सहनशक्ती खूप मोठी लागते शेती करन्यासाठी. त्यात लहानपनापासून कष्ट करन्याची सवय नाई तुले. अवघ्या जगातूनच श्रमाची पत खालावली, बाई... कसं पेलशीन हे सगळं?”

“बाऽ बाऽऽ... झालं काऽऽऽ?”

खालच्या पऱ्हाटीकडून पन्नूची हाक कानावर आली, तसा अशोक भानावर आला. त्यानं घड्याळीत पाहिलं. दहा वाजत आलेले. दोघंही बापलेक घराच्या रस्त्यानं लागले.

दुपारच्या जेवणानंतर अशोक घरी जरा आडवा झाला. पाठ अकडल्यानं पायाची नस लागलेली. डावा भाग बधिरल्यावानी वाटत होता. पाय तन्नाऊन तो व्यायाम करू लागला. पन्नूचा डोळा लागलेला दिसत होता. अशोकला तर दुपारची झोप बऱ्याच वर्षांपासून पारखी झालेली. वाढत्या वयासंगं दुखणेही वाढत होते. झोप मात्र घटत जाणारी या नवथळ पोरांचं बरं. त्यांना कधीही झोप लागते. ऐन तिन्ही सांजलासुद्धा! त्यात त्याचा काय दोष? बिनकाळजीचं वय त्याचं. जबाबदाऱ्या कमी. झोप अन् निश्चितता ह्या सख्ख्या बहिणी. अशोकचे डोळे नेहमीसारखे गुरमळूनही त्याला झोप आली नाही. बाहेर आभाळ काळंभोर झालेलं. तोडायच्या राहून गेलेल्या मुगाच्या शेंगा आता पाण्यानं ओल्या झाल्या, तर उन्हानं त्या तडकून फुटण्याची भीती होती. त्याचं मनही तडकल्यावानी झालं. पलंगावरून उठून घरात जात त्यानं मायला पुसलं-

“आई, तू घेशीन का वो चाहा?”

“ठेव जरासा,” पाय पोटाशी घेऊन बसलेली माय जरा सावरून बसली.

त्यानं चहा ठेवला, तशी माय जवळ आली,“कुठं चाल्ला तू- वावरात?”

“हूंऽऽ”

“आता शेंगा-गिंगा नोको तोडू, बापाऽऽ! कालपासून अकडून गेला नुसता. तोडून घेजो मंग- बायाइच्या हातानं.”

“आवोऽ तं थो खोपडीमांगचा मूंग लटलट आला आहे. थोडंसाच पेरा आहे,

म्हणून तिथं बाया नेनं परवडनार नाईत- एका शेल्यावर. पन आता पानीगिनी आला, तं सारा वाया जाईन. हे तिकडून अभाळ उमळलं आता.''

"तू यकटाच तोडतं का मंग अंखीन, पाठीनं हेकोडा व्हाआले?''

"तोडाले काई हरकत नाही एकट्यानंबी. पन तिथं गवत वाहाडलं आहे दाटीवाटीनं. नुसतंच डंगारून असल्यानं एकट्याची हिंमत कच खाते तिथं इच्चूकाट्याची.''

"हे पोर्गं येतं बोला-चालाले सोबती, तं थे झोपूनच आहे.'' पन्नूकडं पाहात माय बोलली.

"त्याले, झोपंतल्या पोराले कसं म्हनू मी आता- पुन्ना वावरात चाल म्हनून. रोज सक्काळीस पाखरं हाकलाले येते, थेच तं लय आहे- त्याच्या मानानं.''

"नाई तरी लय करते गा थे पोर्गंबी. लोकाइच्या लेकरावानी साथी सोबत्याइचे घरं नाई राखत दिवसभर!''

"हो नं... आपल्यालेच विचार पडते, पोराबाळाच्या मांगं एवढं एकदम कसं लावाव म्हनून.''

माय-लेकाचं बोलणं सुरू असताना मध्येच पन्नूनं कड फेरला. अशोकनं कपडे बदलले. ओट्यासाठी घेतलेल्या पालवाची गुंडाळून घडी केली. पाखरांना ओरडून ओरडून घसा बसतो म्हणून काहीतरी चाफलण्यासाठी डब्यातला गुळाचा खडा कागदात बांधून घेतला... पन्नू एकाएकी पलंगावरून उठत बोलला,

"बाबा, मी येऊ का वावरात?''

अशोकला एकाएकी गलबलून आलं!

न आवरणारा हुंदका दडवण्यासाठी त्यानं दुसरीकडं तोडं फिरवलं.

आतबाहेर कोंडाळलेलं एकलटिकं आभाळ थेंबाथेंबानं गळू लागलं!

'तरुण भारत' दिवाळी १५

●

हराळी

भोंऽऽ ओंऽऽ...भऽर्रऽऽरऽ... पीऽऽइंऽक

हार्न वळखीचा वाटला. धुऱ्यावरचे येल कापणारा सोनबा ओवण्याचा उभा झाला... जीपबी थेच. थांबते वाट्टे...

कर्र्रऽऽ र्र... कऽच्च.

धावते चाकं नेहमीच्या जाग्यावर घासले. तिकडून खोपडीकून यक गडी धावत आला...जेयवंत्याच असंन. थोच हाये पुढं पुढं करनारा... आँ! बायाबी दिस्ते गाडीत.

जीपच्या मांगच्या डाल्यात सळसळ झाली. सीटंवर बसलेल्या बाया मानसाइच्या पायाजौळचं बकरं मात्र तसंच मुरगाळल्यावानी बसून व्हतं. डोळ्यापुढचं नवाडं शिवार टुकूटुकू पाहात व्हतं. कलत्या केलेल्या पोत्यातलं जिन्नूस खाली सांडावं तसं तिघा-चौघा गड्याइनं गाडीतून उड्या घेतल्या. त्यातल्या यकानं हात देवून यकेका बाईला उतरवून घेतलं. आंगावर मास मावनार न्हाई अशा अवघ्याइनी आडव्या सुटलेल्या. पान खाल्ल्यावानी कायनंतरी रंगवलेले लाललाल होट. सैलावलेलं भाजीपाल्याचं गाठोडं धिरे धिरे खाली उतरावं तशा थ्या खाली आल्या. धुऱ्यापल्याडच्या वावरात यकच लगीनघाई झाली. इकडं-तिकडं आडवे झालेल्या रोजदाराची धावपळ उठली. झाडाखाली लोटलेलं कोनी खडबडून आळं उखरू लागलं. कोनी पंपाकडं पळालं. कोनी खोपडीकडं धावत गेलं.

जीपमधल्या बोकडाचा कान धरून जेयवंत्या त्याले बागाकडं नेवू लागला. बागाच्या फाटकातून शिरतानं सायबापैकी यका तगड्यानं पुसलं-

"कितने आदमी हैं रे कामपर आज?"

"चार-पाच हय जी."

"उन सबको फार्म हाउसपे बुला ले."

"हौ... झाडाइची चाळनी करून राह्यले जरा."

"वो होता रहेंगा बादमें."

"जी."

...पोसलेलं कुत्रं मालकामागून घुटमळत जावं तसा जेयवंत्या चालत गेला.

कापलेला येल गुंडाळून सोनबानं पुंजान्यावर फेकला. धार लावलेला इळा सपंसपं घास घेवू लागला. अज तं दोह्यपारीच फेरी आली लेकाइची! ...इतवार हाये म्हून असंन. न्हाई तं दाहा दाहा रोज मुखबी दिसत न्होतं सप्पा!... कुठंतरी फडफड वाजलं.

त्यानं उभं होवून धुऱ्यापल्याड लक्ष केलं. इठ्या रखवालदार पडितात कळपानं चरनाऱ्या कोंबड्यावर झडपा घालत व्हता. पर यकही कोंबडी हाती लागत न्होती.

भर्रकन उडून चऱ्हाडभऱ्यावर जावून बसत व्हती. तिकडं खोपडीतून धुपट निंघत व्हतं.

"काऽगा मामा, काय चाल्लं?"

"काई न्हाई... ह्या धुरा सफा करतो बा," "धुऱ्यापल्याडच्या इहिरीवर दोर-बाल्टी घेऊन उभा असनाऱ्या देवरावकडं पाहात सोनबा बोलला -

"सायेब आले वाट्टे-"

"हौ... बारदानाबी संगं हाये अज," इहिरीत दोर सोडतानं देवराव मुखऱ्या मुखऱ्या हासला, "पानी घेवून ये मने."

"काई इशेस?"

"सारं इशेसच इशेस हाये."

"दोर-बाल्टी काहून? पंपं असंन नं सुरू-"

"हाये नं. पर पानी पाइपलायनीवर हाये... आता ह्या पानी काहाडाचा तरासबी बंद व्हईन मामा आपला."

"काहून गा?"

"पानी हातानं काहाडाची हे झंझट पसन न्हाई सायबाले. हिरीपासून खोपडीपावतर नळ जोडून टाकू मंते," देवराव पुन्ना गालात हासला. झरंझरं चार झोके काहाडून खोपडीकडं चालता झाला.

गेऽला देवराव. ह्या काय, आणं थो जेयवंत्या काय; सारे चालतीचे पठान! थ्या नाप्पूरवाल्यानं हे चूनगज्जीचं वावर इकत घेतलं तव्हापासून ह्या दोघांचीबी पार दशाच बदलून गेली. कामाचा झोला कसा म्हून न्हाईच. सुकाचं खाणं. मालक तिकडं नवकरीवर. मंग जसे हेच राजे!... थो जेयवंत्या तं तिथचा कारभारीच बनला. आसपासच्या वावराइचे सौदे जमवून द्याआले लागला... बोरीखालच्या येलाचं येटोळं कापतानं सोनबाच्या हातात यक अधरयेलाचा तुकडा आला.

त्यानं वरतं लक्ष केलं. फळाच्या भारानं लदबदलेल्या बोरीवर अधरयेलाचं जाळं गुरफटत चाललं व्हतं. ह्या येलाले भुईतलं अन्न गोड लागत न्हाई, लेकाले! दुसऱ्या जित्या झाडावर याचं जीवन. दोन जीवाची बोर त्याच्या फरतोड्याइनं पार झाकून गेल्ती. येलाच्या मुळ्या तिच्या खोडात फसल्यानं किडा लागल्यावानी पिवळी पडली व्हती... अधरयेल तिचा सारा रसकस पिवून टाकत व्हता... जवळच्या संतराच्या झाडाकडं चाल करत व्हता.

"...कुनीकडं रे जेयवंता?"

"जराकसा चिप्पोरा खाव मन्लं तुह्याजौळचा. कोन्ती कामदारी हाये अज?"

"हे झाडं वलून घेतो मन्लं."

"तुह्या हिरीचं पानी पुरते का गा, काका?"

"कुठचं गा? घ्याव कसेतरी दोन-चार संगाळे."

"ह्या सारा भागच खोल पाण्याचा हाये. आमच्या नाप्पूरवाल्या सायबानंच तं कित्तीक पयसा वतला असंन थ्या हिरीत; पर न्हाई पाझर फुटला मावलीले!"

"पर कसाबी पान्याचा फेर तं पुरा करा लागंनच कनाई आता?"

"आफन करू गा. पर अजकालच्या ह्या पोराकडून काई व्हत नाई कास्तकारी. सारे नवकरीच बरी मन्तेत."

"पर नवकऱ्या काई वाटंवर पडल्या हायेत का त्याहिच्यासाठी?"

"हात-पाय हालोले तं भेट्टेबी मना. तू कावून नाई जमून टाकत तुह्या पोराचं?"

"आनं पयसा?"

"हे बगीच्याची पट्टी इकून टाकाव."

"म्हंजे! दुभतीले सोडूनसन्या गाभनीच्या मांगं धाव मन्तं का मले?"

"तसं न्हाई, रोडच्या काठंनं हाये म्हून कोनीबी डोळे लावून पन्नास हजार देईन ह्या वावराचे. मंग लागन तं दुसरा, हत्तीच्या मस्तकावानी यखांदा कांदा पाहाव हिरीसहित."

"तू घेवून राह्यला का इकत?"

"आपली कुठं टांग पुरते गा?... पर कोनी माहा बाप असंनच कनाई घेनेवाला सवाई! तू फक्त इकतं का तेव्हडं बोल. आत्ता जमवून देतो सवदा."

"खरं, खरं सांग; कोन व्हये घेनेवाला?"

"आमचे सायेबच मने मले, सब्द टाकून पाह्यजो म्हून... त्याहीचा डोळा हाये ह्या वावरावर. लागंन तं तुह्या पोराले लावूनबी देतो मने फारेस्ट गारडात."

"म्हंजे... त्याले वावर इकून भिकंले लाग मंतं का मले- थ्या केवलरामवानी?"

"असं कसं? थो जानरावकाका मले उगंच मन्ते का; माहा बरड इकून दे म्हून? सायबाचे साताऽठ सोबतीबी वावरं घेवून राह्यलेत इथं. आतापावतर पाच वावराचे सवदे जमून देल्ले म्या."

"यकडावचा हातातला पयसा सरला, का थ्या इकनेवाल्याइचीबी गत तस्सीच व्हईन केवलरामसारकी."

"जावू दे. न्हाई इकाचं, तं नोको इकू. दे, तम्माखू चार जराकसा-"

तमाखू घोटता-घोटता जेयवंताचं लक्ष धुऱ्याकडं गेलं, "इथंबी झाली काऽगा काका, हराळी?"

"न्हाई तं का?... तुमच्या सायबाच्याच वावरातून आली थे फैलावत."

"आगाऽ म्या मांगंच सांगतलं व्हतं सायबाले. हे हराळी पिकाले घातीक हाये म्हून. खांदून टाकू मन्लं. पर सायेबच मने का राहू दे; उठा-बसाले बरी हाये... आपल्याले काय, मानूस पाहून वागनं, नं देव पाहून धुपारनं!"

सोनबानं दोन्ही बोटाची चिमट बटव्याच्या तोंडात घातली... "जेयवंता यक इच्यारू?- इनमीन हे आठ येकराची चूनगज्जी. पर थ्या नाप्पूरवाल्यानं इकत घेतल्यापासून साहा मह्यन्यात शिमीट - कांग्रेटची खोपडी बांधली. आपल्याकून चार काट्या न्हाई टोचनं व्हत; पर त्यानं अवघ्या वावराभोवती इंगल-ताराचा कूप गाठला. यवढा पयसा येते कुठून मंतो त्याच्याजौळ?"

"तेव्हढं नोको इच्यारू, बा."

"न्हाई, पर आपलं सबाकती सांगाले काय जाते?"

"आगाऽ... सारा काळा पयसा भरून हाये त्याच्याजौळ."

"म्हंजे?" त्यानं कपाळाच्या भोवरीची कमान करत इच्यारलं, "लय दिस यका जागी ठेवून राह्यल्यानं काळा पडला असंन मनाव् का त्याच्याजौळचा पयसा?"

"च्च!... तसं न्हाई, गा. थो हाये जंगल खात्यातला मोट्ठा ऑपिसर. तिथं काय... कमाईच कमाई! दुभत्या म्हशीचा इतका पयसा ठेवंन कुठं?"

"पर ह्या वावरातलं उत्पन्न तं काईच न्हाई आलं आतापावतर?"

"इथच्या ह्या छट्टाकभर कमाईचं काय देनं घेनं गा, त्याले? थे तं न्याहारीलेबी न्हाई पुरत त्याच्या. खरं पाह्यलं, तं इनकमट्याक्स वाचवासाठीच वावरं घेऊन राह्यलेत हे शेयरातले लोकं.... म्हून तं ह्या, पान्यातला पयसा पान्यातच चाल्ला!"

"पर ह्या नवकरीवाल्याइले वावरं न्हाई घेता येत मंतेनं?"

"चोराले हज्जार वाटा राह्यतेत, बावा. आता हे चूनगज्जी तं सायबाच्या बायकोच्या नावावर हाये. सायेब तं मन्तेत का इथं ढाब्यावानी मोट्ठं हाटेल खोलाचं हाये म्हून. दारू, रांडा, बगीचा... साऱ्या सोई करनार हाये खरं इथं..."

सोनबानं हातातला अधरयेलाचा तुकडा पिरगाळला...कसा निंघंन बोरीवरचा ह्या अधरयेल? वरतं शेंड्यापावतर हातबी पुरत न्हाई. न्हाई तं हातालागला उखडून फेकला असता. याचं काई खरं न्हाई. न्हाई तं अवघ्या झाडावर चाल करन ह्या... उलिकसा फरतोडा. पर अवघ्या झाडाची इमारत घेरून बसला. जेयवंत्याची धड खाआचीबी सोय लागत न्होती आगुदर. घरात तेल हाये तं मीठ न्हाई आनं मीठ हाये तं तेल न्हाई. नाप्पूरवाल्यानं चूनगज्जी खरीदली अन् याचे दिस पालटले. इथचा दिवानजीपना करता-करता जेयवंता ढोलीवानी फुगला. हक लागे ना दक! कायलेच कमी न्हाई इथं. खोपडीत टीव्ही काय, भाजपाल्याचं माळवं काय... चिंता म्हून नाव न्हाई. सडकंपासून खोपडीपावतर दोन्ही बाजूनं फुलझाडं लावलेत. बगीचाभोवताल सुपारी, फण्णस, चिक्कू, आंबे... वानावानीचे झाडं. जाळीच्या खुराड्यात शंभरखांड कोंबड्या. साऱ्या सोयी त्याच्या पथ्थ्यावरच पडल्या. सोभावगुन तं असा का, चोराले मंते चोरी कर अन् सावाले मंते सावध राह्य! दुर्गती झाली थे फक्त पिढ्यान्‌पिढ्याच्या थ्या आंब्याखालच्या म्हसोबाचीच. अवसं-पुनवले नेमानं

लागनाऱ्या शेंदराच्या चिठ्ठीलेबी माहाग झाला बिचारा!

थो केवलराम हिंडते आता पाठीले पोट बांधूनसन्या. ह्या जेयवंत्यानंच वावर इक म्हून फंदवला त्याले. चूनगज्जी इकली. जल्मात डोळ्यानं दिसला न्होता यवढा पयसा पाहून त्याचं काळीजच फाकलं. भिडला चईन कराले! आला पयसा हजार वाटंनं निंघून गेला. केवलराम मात्र अन्नाले मोताद झाला आता. खोपडीच्या बाजूनं यकायकी बोकडाचं भ्यांऽऽ भ्यांऽऽ बोंबलनं सोनबाच्या कानावर आलं. त्याच्या हातातला इळा पळभर थरथरला. काळीज गलबलून उठलं. थो उभा झाला... पर गगनी लागलेल्या खोपडीतल्या धुपटाबिगर काईच आढुळलं न्हाई. सायेब लोक कुपाकाठंनं लावलेल्या आंब्या-फणसाच्या कलमा पाहात चाल्ले व्हते, "यहाँ के पेड क्या हुए रे, जयवंता?"

"आँ? अजीऽ थे मांगंरोजाच उपडून नेले जी कोनंतरी."

"वो साला रखवालदार बुड्ढा क्या झक मारने के लिए रखखा है क्या यहाँ?"

"त्याचा काई कसूर न्हाई जी. रातचं झोपीत काय ठावूक व्हते मानसाले?"

"असं कर आता तू... रात्रीच्या वेळी या कुंपणाला इलेक्ट्रिक करंट लावून देत जा. पाहू मग पुढे-"

"और देख, वो तुअर की दाल बो देना अगली बरसातमें. हरदिनके खाने में काम आती वो."

"अजी, त्याच्यासाठी तं तुरी पेरा लागते, जी. दाळ न्हाई काई."

"अच्छा-अच्छा, जो भी है वो करना बराबर."

बोलत-चालत अवघे धुरा न्याहाळत माथ्याकडं गेले... ह्या शेयरवाल्याइले कास्तकारीतलं काई समजत न्हाई. पर दात हाये तिथं चने न्हाई आमं चने हाये, तिथं दात न्हाई! अवघ्या बागात यक-दोन बंड्या संतरं. पर मालधन्याले जास्त दिसाव म्हून जेयवंत्यानं अवघ्या झाडाइले बेगन्या लावून देल्ल्या. बयलाचं काम कोनालेच पसन न्हाई. ट्याक्टरबिगर मात्र पान हालत न्हाई... बगीचा तीन खेपा ट्याक्टरला, तरी अवघी हराळी जितीच!

आता हे हराळी त्याच्याबी कोराड वावरात घुसत चालली व्हती. पार संतराच्या झाडापावतर टेकत आल्ती. धुऱ्याकाठंनं असल्यानं तिले नागरताबी येत न्हाई. दिवसेंदिवस पाय पसरतच चालली भटावानी. मूळासगट खांदून फेकल्याबिगर तिचा नायनाट व्हनार न्हाई... पर मजुराइचाच दुस्काळ पडला.

"काऽगा देवराव, उद्या येसीन का हराळी खांदाले?"

"मी थ्या नाप्पूरवाल्याच्याच पाथीवर हावो मामा लयरोजचा."

"आरे, पन दोन-चार रोज माह्याबी चाल."

"न्हाई जमनार ब्वा."

"काहून गा?"

"खरं सांगू का मामा... तिथं पंचीस रूपे रोज भेट्टे. मंग तुमच्या सारक्याकडं कोन यीऽन इसा रूपानं? पुन्ना तिथं कामाचा झटका कसा मनून न्हाई. घडी-घटका काम केलं, का झोपाच काहाडन् राह्यते. तुमी कास्तकार करू द्याऽन का तसं?"

"तुह्यंबी खरंच हाये मना. हे शेयरातून सुदारीत सेती करनेवाले आता काई पनपू न्हाई देत आमाले."

"आमचं मजुराइचं काय... जिकडं दोन पयसे जास्त, तिकडं आमची धाव!"

"काऽगा देवराव, थ्या जेयवंत्याचा काय मह्यना हाये?"

"यक हजार हाये मन्ते. आता खरंखोटं कोनाले ठावूक? मजुरी थो सोताच तोडते... पर माह्या मतानं त्याला दीड-दोन हजाराच्या जवळ पडत असंन."

"दोन हज्जार! थे तं नवकरीवाल्यांपक्षाबी सवाईनं झालं!"

"म्हंजे पाह्य, आमाले पंचीस रूपे रोज देते आणं मालधन्याले सांगते तीस देल्ला म्हून! मंग वरचे पाच पाच कुठं गेले? तूच सांग-"

"खूब जमलं मनाव त्याचं!"

"जमलं काय, जिंदगानीच सुदरली लेकाची! कोंत्याबी सामानाच्या खरेदीत त्याचं कमिश्येन ठेवलंच हाये. पुन्ना, रोजदाराइले पानी पाजाले थे नरश्याची मनी पडलीच राह्यते तिथं- बारा मह्यने तेरा काळ! तिचं कमिश्येन अल्लग! थे जेयवंत्याचीही ताहान भागोते आणं मालधन्याचीबी... पर पायलीची शीग भरली म्हंजेन खाली सांडनारच हाये मामा, कव्हातरी!"

"तरी माही संका लवेच, असं काई दाळीत पानी मुरत असंन म्हून."

"मांगच्या खेपले सायबानं पलंगच आनला खोपडीवर. आमाले मने का इथच्यासाठी लागला थो लाकूड-फाटा बिनदिक्कत आनत जा आपल्या जंगलातून. पर कोनं परख्यानं आनला तं मात्र सांगून देत जा आमाले... आता पलंगावर चांगल्या मुंडा हात उच्चीच्या गाध्याबी केल्या."

"ब्येस हाये... तुमालेबी बरा झाला घडीघटका लोळाले."

गाडीत आलेल्या बाया तिकडं बङ्ग्याच्या पारीवर बसल्या व्हत्या. शिनिम्यातल्यावानी; उच्चावरून वावर कसं दिस्ते थे पाहात व्हत्या... हेबी खूब झाली. यकीच्या हातात तं संदुकावानी फटूची पेटीबी हाये. वावराचेही फटू काहाडतेत का, बेटं?... काय लोक मनाव यकयक!

सायकलची घंटी वाजली म्हून सोनबानं पुढं रस्त्याकडं पाह्यलं. खोपडीवर राबणारा वामन घाईघाईनं फाटकाबाहेर सायकल काहाडत व्हता.

थो जवळ आल्यावर सोनबानं पुसलं, "कुठं रे, वामन?"

"गावात चाल्लो तेल - मसाला आनाले," डबकी अन् झोरा दंड्याले अटकवत

त्यानं सांगतलं, ''मोठ्ठा पाव्हनचार हाये अज इथं.''

''आमं थे पोतं कायले व्हये अंखीन?''

''पोतंभर जवारी आन मने कंटोलातून -थ्या कोंबड्याइच्या मढ्यावर घालाले!''

खोपडीवर आंड्या-कोंबड्याइची इक्री सुरू झाल्यापासून गावातल्या पिंजाऱ्याजौळच्या कोंबड्याइले कोनी फुक्कट इच्यारत न्होतं. त्याइच्यांपक्षा हे नवी जात इथं सस्त्यात भेटत व्हती. नाप्पूरवाल्यानं गाई जेरस्याइपासून इथं सारंच उभारलं व्हतं. फक्त वाघीनच्या दूदाचीच तेव्हडी कमी व्हती. दर हप्त्याले दारू-मटनाच्या वासानं खोपडी घमघमूनं उठत व्हती.

''सोनबाऽ काकाऽऽ... अऽय सोनबाकाकाऽऽ''

त्यानं चहूभोवताल चाहाळ घेतला. ''कोन व्हयेऽ गाऽऽ?''

जेयवंता पाटाच्या बाजूकडून जवळ येत बोलला, ''काका, सायेबानं बलावलं बा तुले.''

''कायले गा?''

''कोंजीनं बा, थे न्हाई सांगतलं.''

''हे पाह्य, मले काई थे आडवं-तिडवं चालत न्हाई, सांगून देतो आत्ताच.''

''आरेब्बा! इथंच फाटे फोडून राह्यला? तू चाल तं सई-''

अंदाज बांधत थो जेयवंतामागून खोपडीकडं गेला. व्हरांड्यात गोल खुड्च्या टाकून सायेब लोक बसले व्हते. मधात आथरलेल्या पेपरावर घमिलंभर चिवड्याचा ढीग व्हता. चार-पाच लंब्या शिशा; लाहान लेकराभोवती बिखरलेल्या बाव्हल्या खुळखुळ्यावानी भोवताल आडव्या-तिडव्या लोळलेल्या. येकेकाच्या हाती गिलास आणं चिवड्याचा बकना. घराच्या दरोज्यात बसून मनी कांदे चिरत व्हती. घरातल्या चुलीवर काईतरी खदखदत व्हतं.

त्याच्याकडं लक्ष जावून दोघं-तिघंबी यकदम बोलले, ''अरे आवो, बैठो?''

यकानं खुड्ची पुढं केली. थो खाली भुईवरच बसला.

''लो, चिवडा खाओ.'' पेपरासहित वरचा ढीग त्याच्याजवळ सरकला.

''मी जेवलोजी आत्ताच.''

''अरेऽ खाओ ना! ये छटकाभर चिवडे से जान नही जाएंगी.''

सोनबानं नावाचे यक-दोन घास घेतले. अवघ्याइच्या तोंडाकडं पाहात बसला.

''अरे! देखते क्या? खाओ जमके!''

''न्हाई जी, झालं माह्यं. तुमी घ्या.''

''ये लाल पानी चलेगा?'' दुसऱ्यानं गिलास पुढं केला.

घमकन वास आला, ''न्हाई, मंघासी बक्कळ पेलो पानी.''

''जरा ये तो चखके देखो.''

"...कायले बलावले व्हतं जी मले?"

"देखो, तुम हमारे पडोसी हो. तुम्हारा भलाबुरा देखना हमारा फर्ज बनता की नहीं?"

दुसऱ्या बंगालीवाल्यानं गोस्ट काहाडली, "आमच्या विहिरीला पाणी नाही इथे. तुमच्या विहिरीला पण नाही म्हणतो हा जयवंता. तुमच्या शेतात पाणी होऊ सकते; पण तुम्ही एवढे पैसे खर्च करू सकत नाही. म्हणून तुमचे शेत जर आमाला विकत असले, तर भरपूर किंमत देवू आमी तुम्हाला."

"सायेब तिथं बोरींग मशीननं पानी बनोनार हाये," जेयवंतानं पुस्टी जोडली, "आमची पान्याची अडचन दूर व्हईन आमं तुले सवाईनं किंमतबी भेटंन वावराची."

"बोलो, क्या किंमत लोगे?"

सोनबा उठून उभाच झाला.

"अरे! ऐसे एकदम खडे क्यूं हो गए?"

त्याच्या मनात आलं... आता वाघ मनलं तरी खाते आमं बाघोबा मनलं तरी खातेच!... "न्हाईजी मले इकाचंच न्हाई सप्पा."

"अरे यार! बैठो तो सही. देखो, हमें रोडके नजदिकवाला खेत होना, इसलिए पुरे साठ हजार देंगे तुम्हे. बोलो -"

"न्हाई जी, चालतो." थो हात जोडून पाठमोरा झाला.

चालता चालताच मागून त्याच्या कानावर आलं... "आइंदा इस लौंढेको अपने खेत में आने नहीं देना!"

"आणि हो, आपल्या शेतातला त्याचा बंडीचा रस्तासुद्धा बंद करून टाका. समजलं, जयवंता?"

तो धुऱ्यावर आला. बड्ड्याच्या पारीवरून उतरलेल्या झकपक बाया कुपाकाठंनं येत व्हत्या... "अगं, हे गवत बघ! कित्ती सुंदर आहे गालिच्यासारखं."

"अय्या! घटकाभर मनसोक्त लोळून घ्यावं, असंच वाटतं बघ!"

"या हराळीवर बसण्या-उठण्यासाठी एक शेड उभारून घ्यावं म्हणते मी इथे."

धुऱ्यावरून बागात फैलत चाललेली हिरवीकच्च हराळी त्याच्या नजरंत काट्यावानी सलू लागली. शेयरवाल्याइले साजरी दिसते हे हराळी उठा-बसासाठी. सतरंजीवानी मुलायम. पर ह्या हराळीनं मानसाचं पोट भरते का? उलट पोट भरनाऱ्या झाडाइच्या तोंडचा घास काहाडून घेते हे हराळी. सेठ सावकारीच्या जमान्यातल्या हराळीचा हिरवेपना आता कुठं वाळत आल्ता. पर जराकस्या पान्याच्या वलीनं हेच हराळी शेयरातल्या ह्या काळ्या पयसेवाल्याइनं हिरवी केली. दिवसागनिक गजकरनावानी फैलतच चालली बेटी!

सोनबानं धुऱ्याकाठानं जाणाऱ्या थ्या बायाइकडं एकवार पाह्यलं. त्याच्या मनात काय आलं कोनाले ठावूक, त्यानं संतराच्या झाडाले लटवकलेली टिकास हाती घेतली. धोतराचे वटे खोचले... आमं यकटाच जिद्दीनं हराळी खांदाले भिडला...

सा. *'गडचिरोली समाचार'* दिवाळी-९१

●

www.ingramcontent.com/pod-product-compliance
Lightning Source LLC
LaVergne TN
LVHW092355220825
819400LV00031B/374
* 9 7 8 8 1 7 1 6 1 3 5 3 3 *